AF748699

असमर्थांचे बळ

समर्थ रामदास

(एका कर्मयोग्याची जीवनगाथा व शिकवण)

भक्ती-शक्ती व कर्माची मशाल

'विचारनियम' या बेस्टसेलर पुस्तकाचे रचनाकार

सरश्री

सकाळ प्रकाशन

सकाळ प्रकाशन

Asamarthanche Bal Samarth Ramdaas
(Eka Karmyogyachi Jivangatha va Shikvan)
Bhakti-Shakti va Karmachi Mashaal
by Tejgyan Global Foundation
First published in Marathi by Sakal Media Pvt. Ltd.
by arrangement with WOW PPL

असमर्थांचे बळ समर्थ रामदास
(एका कर्मयोग्याची जीवनगाथा व शिकवण)
भक्ती-शक्ती व कर्माची मशाल

सरश्री

प्रथम आवृत्ती : एप्रिल २०२१

मुखपृष्ठ : मधुमिता शिंदे

मांडणी व मुद्रितशोधन : अश्विनी महाजन

प्रकाशक : सकाळ मीडिया प्रा. लि.
५९५, बुधवार पेठ, पुणे ४११ ००२

ISBN : 978-93-89834-47-5

संपर्क : ०२०-२४४० ५६७८ / ८८८८८ ४९०५०
sakalprakashan@esakal.com

हे पुस्तक समर्पित आहे
अशा विलक्षण संतांना,
ज्यांनी जागृततेने खडतर मार्ग निवडला व
अकंप, प्रेमळ, निर्मळ व आज्ञाकारी मन बनवण्याचे
उद्दिष्ट साध्य करून विश्वात एक वेगळा आदर्श निर्माण केला.

अनुक्रमणिका

रचनाकर्त्यांची भूमिका

युगायुगांपासून या पृथ्वीवर अनेक संत होऊन गेले आहेत. त्यांनी निरंतरपणे ज्ञान, ध्यान, नि:स्वार्थ प्रेम व भक्ती यांच्याद्वारे काळानुरूप समाजाची पात्रता वाढवण्याचे कार्य केले आहे. समाजाच्या उद्धारासाठी कित्येक जण अनासक्त व अव्यक्तिगत जीवन जगले. अशी अनेक उदाहरणे देता येतील.

हे कार्य करत असताना कित्येकांना समाजाच्या रोषाला व विरोधाला सामोरे जावे लागले. तरीसुद्धा ते आपल्या उद्दिष्टापासून तसूभरही ढळले नाहीत. या पुस्तकाद्वारे आपण अशाच एका महापुरुषाचे जीवन जाणणार आहोत, ज्यांनी भक्तीच्या माध्यमातून लोकांमध्ये शक्ती जागृत केली, ज्यांच्या नावातच त्यांचे सामर्थ्य दिसून येते. ते महात्मा आहेत– स्वामी समर्थ रामदास!

सद्य:स्थितीत परिस्थितिजन्य अशांतता, कोलाहल पाहता सुख, समाधान, मन:शांती प्राप्त करण्यासाठी एखाद्या महान संताचे जीवनचरित्र तसेच त्यांनी केलेले कार्य पाहून आपल्याला निश्चितपणे प्रेरणा मिळते. तेजगुरू सरश्रींकडून आजमितीला उपलब्ध असलेले ग्रंथ सहज, सोप्या व सुलभ भाषेत आणण्याची प्रेरणा घेऊन समर्थ गुरू रामदासांचे संक्षिप्त जीवनचरित्र व त्यांच्या काही रचना या पुस्तकात प्रस्तुत केल्या आहेत.

समर्थ रामदासांना फक्त संत म्हणता येणार नाही; तर ते एक प्रतिभासंपन्न कवी व दिग्गज विद्वानही होते, आहेत व राहतील. महान, समयदर्शी व राजनीतीज्ञ असे समर्थ रामदास राज्यात देवतुल्य होते; तसेच त्यांना हनुमानाचा अवतारही मानले जाते.

त्यांचे मूळ कार्यक्षेत्र जरी महाराष्ट्र असले तरी त्यांनी अनेक राज्यांत देशाटन करून जागृतीची प्रेरणा दिली. लोकांच्या मनात स्वराज्याची भावना जागवली. त्या काळी त्यांनी त्यांच्या कार्याद्वारे समाजात जी प्रेरणा व उत्साह जागृत केला, तो आजही आपण प्राप्त करू शकतो.

काळाच्या गरजेनुसार त्या-त्या गोष्टी महापुरुषांच्या हृदयात (तेजस्थान) जन्म घेतात. इतिहासात असे खूप कमी आध्यात्मिक गुरू होऊन गेले, ज्यांनी समाजाला फक्त शारीरिक शक्ती मिळवण्याची प्रेरणा दिली नाही; तर हातात शस्त्र घेण्यासाठीसुद्धा उद्युक्त केले. सामाजिक परिस्थिती व काळाची गरज ओळखून समर्थ रामदासांनी लोकांना देशाच्या संरक्षणासाठी प्रेरित केले.

एका महान जाणकाराने म्हटले आहे, 'परम, पवित्र अशा संतांचे चरित्र वाचल्यामुळे अंतःकरण धन्य होते.' ज्याप्रमाणे एखादे मधुर संगीत ऐकल्यामुळे आनंद मिळतो त्याप्रमाणे संतांचे चरित्र वाचल्यामुळे परम आनंदाची जाणीव होते.

हा उद्देश लक्षात घेऊन समर्थ रामदासांनी लिहिलेल्या 'दासबोध' या ग्रंथातील काही भाग या पुस्तकात सांगितला आहे. याचा लाभ घेऊन आपण आपल्या व्यावहारिक व आंतरिक जीवनाचा स्तर वाढवू शकतो.

समर्थ रामदास आपल्या प्रत्येक रचनेचे श्रेय प्रभू श्रीरामांना देऊन म्हणतात– "तुम्ही स्वतःला कर्ता समजत असाल तर तुम्हांला कार्य करताना त्रास होईल; व राम कर्ता आहे, असे म्हणालात तर तुम्ही यश, कीर्ती व पराक्रमाचे भागीदार व्हाल."

अशाच काही महत्त्वाच्या शिकवणींनी युक्त असलेले हे पुस्तक वाचकांच्या हृदयात प्रेरणा, आत्मोद्धार, उत्साह व प्रेम जागृत करण्यास मदत करेल.

शुभेच्छा!

खंड १

जन्म व बाल्यावस्था

१

नारायण कसा झाला समर्थ ?

महाराष्ट्रातील जालना जिल्ह्यात असलेल्या जामगावमध्ये एक दाम्पत्य राहत होते. त्यांचे नाव होते सूर्याजीपंत ठोसर व त्यांच्या पत्नीचे नाव होते राणूबाई. पती-पत्नी एकत्र येऊन संसाराला सुरुवात करतात तेव्हा त्यांचा मूळ उद्देश असतो द्वैतापलीकडे, दोनमध्ये विभाजित झालेल्या गोष्टींपलीकडे पोहोचणे. म्हणजेच प्रापंचिक जीवन जगत असताना, प्रपंचातील जबाबदाऱ्या सांभाळून आध्यात्मिक विकास साधणे, अद्वैताकडे जाणे. सूर्याजीपंत व राणूबाई असेच होते. ईश्वराबद्दल त्यांच्या मनात असीम श्रद्धा होती. सूर्याजीपंत लहानपणापासूनच सूर्याची उपासना करत होते. छत्तीस वर्षे त्यांनी कठीण सूर्योपासना केली होती, अनुष्ठान केले होते. दोघेही प्रभू श्रीरामाचेही उपासक होते.

लग्नाला बारा वर्षे होऊनही त्यांच्या घरात पाळणा हालला नव्हता. तरीही निराश न होता निरंतरतेने त्यांची उपासना सुरू होती. काही जण मनाजोगते फळ मिळाले नाही तर लगेच ईश्वराला दूषणे देऊ लागतात. परंतु सूर्याजीपंत व राणूबाई याला अपवाद होते. त्यांचे आपसात सामंजस्य होते. त्यांची श्रद्धा अढळ होती. कशातही न गुंतता, न भरकटता ते सातत्याने ईश्वरोपासना करत होते.

सूर्यदेवाच्या आशीर्वादाने त्यांची उपासना एके दिवशी फळाला आली. इ.स. १६०५मध्ये (संवत १६६२) त्यांच्या घरी पुत्रजन्म झाला. त्यांनी शंकराच्या नावावरून त्याचे नाव गंगाधर ठेवले.

स्वत: शिवशंकर त्यांच्या घरी पुत्ररूपाने आले आहेत, असे त्यांना वाटत होते. गंगाधर तीन वर्षांचा झाल्यावर एप्रिल १६०८मध्ये (संवत १६६५) रामनवमीच्या दिवशी दुपारी त्यांच्या दुसऱ्या मुलाचा जन्म झाला. त्याचे नाव नारायण ठेवले गेले.

एक मुलगा शंकराचा अवतार, तर दुसरा विष्णूचा अवतार आहे, असे मानून सूर्याजीपंत व राणूबाई तृप्त झाले. त्यांचा संसार परिपूर्ण झाला.

एखादा महापुरुष जन्म घेतो असे जेव्हा सांगितले जाते तेव्हा त्याच्या शरीराबाबत सांगितले जाते. जन्मत:च कोणी महापुरुष नसतो; पण महापुरुष बनण्याचे बीज जन्मत:च त्याच्या अंगी असते. योग्य वेळ येताच ते बीज अंकुरीत होते.

छोट्या नारायणला लहानपणापासूनच हनुमान व श्रीराम यांचे आकर्षण होते. मोठा भाऊ गंगाधरवरही त्याचे खूप प्रेम होते. गंगाधर व नारायण दोघेही आपले आई-वडील व इतर परिवार यांच्या प्रेमळ छायेत व सुसंस्कारात चांगल्या प्रकारे वाढत होते. त्यांचे बालपण खूप साधे व सरळ होते. गंगाधरने वडिलांकडून मंत्रदीक्षा घेतली व तो उपासना करू लागला. नारायण मात्र अजूनही बाललीलेत मग्न राहून आनंदाने राहत होता.

नारायणचा स्वभाव रजोगुणी होता. जात्याच तो खोडकर मुलगा होता. गंगाधरचा स्वभाव मात्र याच्या अगदी उलट होता. नारायणाची वृत्ती चंचल होती; बुद्धी मात्र तेज होती. झाडावर चढणे, भिंतीवरून उड्या मारणे, छतावर चढणे यांसारख्या करामती तो सहजपणे करत असे. विहिरीत उड्या मारणे, नदीत पोहणे हा त्याचा छंद होता. आपल्या मित्रांसमवेत तो नेहमी याचा आनंद घेत होता. सतत त्याचा काही ना काही उपद्व्याप सुरू असे. दिवसातील बराचसा वेळ त्याचा यामध्येच व्यतीत होत असे.

आईबरोबर तो हनुमानमंदिरात जाई तेव्हासुद्धा झाडावर चढून फळे-फुले तोडून तो इतस्तत: फेकत राही. त्याची अशी बाललीला पाहून लोकांना हनुमानाच्या आनंददायी बाललीलांचे स्मरण होत होते. म्हणून लोक त्याला 'बाल हनुमान' म्हणत असत.

उपनयन संस्कार

नारायण पाच वर्षांचा झाल्यावर त्याची मुंज (उपनयन संस्कार) केली गेली. मौजीबंधनाच्या संस्कारात मुलगा आपल्या वडिलांकडून गायत्री मंत्राची दीक्षा घेतो व त्याचे अनुष्ठान ठेवून तो मंत्र सिद्ध करतो. मुंज झाल्यानंतर दररोज संध्या

करणे अनिवार्य असते. त्यामध्ये पूजा-पाठ, नामस्मरण, प्रार्थना हे विधी असतात. मुंजीनंतर मुलाचा ब्रह्मचर्य आश्रमात प्रवेश होतो.

गंगाधरला शिकवण्यासाठी एका वैदिक ब्राह्मणाची नियुक्ती केली होती. नारायणाची बुद्धी जात्याच कुशाग्र होती. तोही गंगाधरबरोबर शिकू लागला. एके दिवशी नारायणला समजले, की संत ज्ञानेश्वरांना त्यांच्या मोठ्या भावाकडून म्हणजे संत निवृत्तिनाथांकडून नाममंत्राची दीक्षा मिळाली होती. हे ऐकून तोही गंगाधरकडे जाऊन नाममंत्राची दीक्षा मागू लागला. परंतु, 'तू अजून लहान आहेस,' असे सांगून गंगाधरने नाममंत्र देण्याचे टाळले.

अशा प्रकारे दोन्ही भावांचे लहानपण मोठ्या आनंदाने, सहजपणे व्यतीत होत होते. परंतु काळाचे चक्र काही वेगळेच होते. नारायण आठ वर्षांचा असतानाच त्याच्या वडिलांचा मृत्यू झाला. आता दोन्ही मुलांच्या पालनपोषण, शिक्षण व दीक्षा यांची जबाबदारी राणूबाईंवर येऊन पडली.

कित्येकदा जीवनात ज्या गोष्टी शिकवल्या जात नाहीत त्या एखाद्याचा मृत्यू शिकवून जातो. वडिलांच्या मृत्युपश्चात नारायणाच्या स्वभावात बदल झाला. त्याच्यातला रजोगुण (चंचलता) जणू सुप्तावस्थेत जाऊन बसला. दंगामस्ती करणे, खोड्या काढणे बंद होऊन तो सतत गंभीर राहू लागला. रजोगुणाची जागा सत्त्वगुणाने घेतली व त्याच्या वागणुकीत विवेक, मननशीलता दिसू लागली.

मुलाच्या वर्तनात पडलेला फरक पाहून आईला खूप आश्चर्य वाटू लागले. एके दिवशी तिने नारायण एकटाच अंधारात बसून ध्यान करत असल्याचे पाहिले.तिने जवळ जाऊन विचारले, "तू हे काय करत आहेस?" त्यावर नारायणने उत्तर दिले, "मी विश्वाची चिंता करत आहे." उत्तर ऐकून मुलाच्या अंगी कोणती समज आली आहे, ज्याच्या आधारे असे उत्तर त्याच्याकडून आले, हे तिच्या लक्षात आले नाही.

पित्याच्या मृत्यूनंतर नारायण गहनपणे मनन करू लागला होता. आजूबाजूच्या वृद्ध, पीडित व कमजोर लोकांकडे पाहून तो व्यथित होऊ लागला. त्याच्या मनात विचार येत, 'मलासुद्धा अशा त्रासांचा सामना करावा लागणार का? इतरांच्या व्यथा दूर करण्यासाठी मला काय करावे लागेल?' अशा प्रकारे जनकल्याणाचे व विश्वकल्याणाचे विचार लहानपणापासूनच त्याच्या मनात मूळ धरू लागले होते.

याचबरोबर अजून एक जिज्ञासा जागृत झाली होती, जी त्याचे सर्वस्व होती. ती होती, 'मला देवाचे दर्शन कधी होईल? देवदर्शन होणार की नाही?' नारायणाचा समर्थ रामदास बनण्याच्या यात्रेचे हे पहिले पाऊल होते.

घटनांमुळे जे दु:खी होतात, ते सामान्य जीवन जगून पृथ्वीवरून निघून जातात. घटनांमुळे जे जागृत होतात, ते महापुरुष बनून लोकांच्या हृदयात अजरामर होतात.

मना पापसंकल्प सोडोनि द्यावा। मना सत्यसंकल्प जीवीं धरावा।।
मना कल्पना ते नको वीषयांची। विकारें घडे हो जनीं सर्व ची ची।।५।।

अर्थ : हे मना, तू पापकर्म करण्याची इच्छा करू नकोस, तर सत्यप्राप्तीचा संकल्प कर. हे मना, तू इंद्रियसुखाच्या कल्पनेत रमू नकोस, अशा विकारांमुळे समाजाकडून निंदा होते.

तात्पर्य : चंचल मनाच्या इच्छा, विकार हे सत्य प्राप्त करण्याच्या मार्गातील अडथळे आहेत. माणसाचे मन इंद्रियलालसेत गुरफटून त्याला सत्यापासून दूर नेते. इंद्रियसुखांची पूर्तता करण्यात फसल्यामुळे माणसाचे अध:पतन होते. म्हणून माणसाच्या मनाला जाणीव झाली पाहिजे, जेणेकरून तेच मन सत्य प्राप्त करण्यासाठी मदत करू शकेल.

नको रे मना क्रोध हा खेदकारी। नको रे मना काम नानाविकारी।।
नको रे मना सर्वदा अंगिकारूं। नको रे मना मत्सरू दंभ भारु।।६।।

अर्थ : क्रोधाचा अंत दु:खातच होतो. म्हणून हे मना, क्रोध करू नको. विषयवासनेमुळे अनेक प्रकारचे दोष उत्पन्न होतात. म्हणून त्यांना थारा देऊ नकोस. कोणाविषयी मत्सराची भावना बाळगू नकोस. कोणाशीही खोटे वर्तन करू नकोस.

तात्पर्य : क्रोधामुळे ग्लानी येते. क्रोधामुळे नंतर पश्चात्ताप करण्याची वेळ येते. विषयांची कामना मनामध्ये लोभ, मत्सर, द्वेष इत्यादी विकार निर्माण करते. लालसा माणसाकडून ढोंग, कपट करवून घेते. म्हणून क्रोध व विषयवासना यांपासून मनाला दूर ठेवणे आवश्यक आहे.

■■■

२

बालपण व नवे दालन

राणूबाईच्या संगोपनात दोन्ही मुले मोठी होत होती. बघता-बघता दिवस सरले. गंगाधर आता विवाहायोग्य झाला होता. सुयोग्य वधू शोधून त्याचा विवाह केला गेला. परंतु त्यामुळे नारायणाला एक संकट ग्रासू लागले. मोठ्या मुलाच्या विवाहानंतर साहजिकच लहान मुलाच्या विवाहाची चर्चा घरात सुरू होते. याला नारायण कसा अपवाद ठरणार? नारायण बारा वर्षांचा असतानाच त्याचा विवाह करण्याची चर्चा सुरू झाली.

मोठ्या भावाकडून अजून नाममंत्र मिळाला नव्हता आणि वरकडी म्हणजे विवाहाची चर्चा! त्यामुळे नारायण उदास झाला. त्याचा विवाह करण्याची घोषणा करताच त्याला अनेक स्थळे सांगून येऊ लागली. छोट्या नारायणच्या मनात विचार येऊ लागले, 'संसारी झालो तर विश्वकल्याणाचा उद्देश साध्य होणार नाही.'

एके दिवशी या सगळ्या गोष्टींमुळे त्रस्त होऊन, रागावून तो हनुमानाच्या मंदिरात जाऊन बसला. आता हनुमानच आपला गुरू आहे, या भावनेमुळे त्याचा ऊर भरून आला. जोपर्यंत हनुमान आपल्याला दर्शन देत नाही तोपर्यंत इथून उठायचे नाही, अन्न-पाणी घ्यायचे नाही, असा त्याने निश्चय केला. हनुमानाच्या मूर्तीसमोर बसलेल्या नारायणाच्या डोळ्यांतून अश्रू वाहू लागले व अंत:करणातून प्रार्थना उमटली, 'मला मार्ग दाखव, देवा!'

जेव्हा प्रार्थनेत बळ येते तेव्हा ज्या गोष्टीसाठी प्रार्थना सुरू असते ती गोष्ट तुमच्याकडे येऊ लागते. नियतीच्या साऱ्या शक्ती एकवटतात व ती गोष्ट तुमच्यापर्यंत पोहोचवण्यासाठी कार्यरत होतात. त्या दिशेने घटना आकार देऊ लागतात.

नारायणाच्या बाबतीतही असेच घडले. ईश्वरदर्शनाच्या तीव्र ओढीमुळे तो मूर्तीसमोर असतानाच सहज समाधी-अवस्थेत गेला. त्याने आर्ततेने केलेली प्रार्थना सफल झाली. समाधी-अवस्थेत त्याला हनुमानाने प्रत्यक्ष दर्शन दिले. त्यांनी हनुमानाला आपल्याला शिष्य बनवण्याची विनंती केली. परंतु यापेक्षा अद्‌भुत, विलक्षण असे काही घडणार होते.

हनुमानाने तिथून त्याला आपले आराध्य दैवत प्रभू रामचंद्र यांच्याकडे नेले. हनुमानाच्या कृपेमुळे त्याला साक्षात रामचंद्रांचे दर्शन झाले आणि त्यांनी नाममंत्र देऊन त्याला दीक्षित केले. त्याला मिळालेला मंत्र तेरा अक्षरांचा होता – *श्रीराम... जय राम... जय जय राम!*

आपण कल्पनाही करू शकणार नाही, अशी ही अद्‌भुत कृपा आहे. समाधी-अवस्थेत मिळालेला अनुभव शब्दांत सांगणे कठीण आहे. आजपर्यंत ज्या महापुरुषांना असा विलक्षण अनुभव आला त्यांनी त्याचे वर्णन लोकभाषेत करण्याचा प्रयत्न केला, जेणेकरून सर्वसामान्य लोकही त्याची अनुभूती घेऊ शकतील.

हनुमान त्याला घेऊन प्रभू रामचंद्रांकडे गेले, हा ध्यानात व समाधीत मिळालेला सूक्ष्म देहाचा अनुभव आहे. कित्येकदा असे घडते की, माणूस गाढ झोपेत असताना किंवा ध्यानात मग्न असताना त्याचा सूक्ष्म देह वेगवेगळ्या ठिकाणी भ्रमण करतो व वेगवेगळे अनुभव घेतो.

थोडा वेळ नारायण अशा अवस्थेत बसून होता. काही वेळानंतर आजूबाजूच्या कोलाहलामुळे त्याची समाधी-अवस्था भंग पावली. 'नारायण अचानक कुठे निघून गेला' अशी काळजी वाटून घरातील लोक व शेजारीपाजारी त्याला शोधत मंदिरात आले. नारायण सुखरूप असल्याचे पाहून ते निश्चिंत झाले.

आईने त्याला घरी परतण्यास सांगितले तेव्हा तो उडी मारून झाडावर बसला व रडवेल्या आवाजात म्हणाला, ''नाही! मी घरी येणार नाही. तू माझे लग्न करशील.'' लोकांनी त्याची समजूत काढण्याचा खूप प्रयत्न केला. पण त्याने विहिरीत उडी मारण्याची धमकी दिल्यामुळे सगळे गप्प बसले. वास्तविक, विहिरीत उडी मारणे ही नारायणसाठी काही विशेष गोष्ट नव्हती. तो नेहमीच झाडावरून विहिरीत उडी मारत असे. पण तीच गोष्ट धमकीच्या रूपात सांगितल्यामुळे सगळ्यांना चिंता

वाटू लागली. घरच्यांना घाबरवण्यासाठी त्यांनी विहिरीत उडी मारलीदेखील! पण गंगाधरला त्याच्या या साऱ्या खोड्या माहीत होत्या. ते आईला म्हणाले, ''तू जा! मी नारायणला घेऊन येतो.'' हे ऐकून नारायण म्हणाले, ''मला पाण्याबाहेर काढण्याचा तू प्रयत्न केलास तर मी पाण्यात बुडून जाईन.''

काळजी वाटून आई म्हणाली, ''बाळा, असे करू नकोस. तुला माझी शपथ आहे. तू विहिरीबाहेर ये. मी तुझ्या लग्नाविषयी काही बोलणार नाही.'' हे शब्द कानांवर पडताच नारायण चटकन विहिरीतून बाहेर आला व सर्वांसमवेत घरी गेला. आईने त्याला त्याचे लग्न न लावण्याचे वचन दिल्यामुळे तो थोडा निश्चिंत झाला.

आता त्याच्यासमोर जीवनाचे नवे दालन उघडले होते. समाधीमध्ये एक विलक्षण अनुभव मिळाला होता व लग्नाच्या गोष्टीही बंद झाल्या होत्या. सुरुवातीपासूनच त्याच्यात तमोगुण अस्तित्वात नव्हता, आणि आता रजोगुण सुप्तावस्थेत जाऊन सत्त्वगुण पूर्णतः जागृत झाला होता. या अवस्थेत तो अजूनच शांत झाला व त्याने प्रभू श्रीरामांकडून मिळालेल्या मंत्राचा जप सुरू केला.

श्रीराम जय राम जय जय राम

विपरीत घडना घडल्या तरी जे आपल्या निश्चयावर ठाम राहतात, त्यांच्या जीवनात चमत्कार घडतात. असे लोक जगासमोर निष्ठा व विश्वासाचा आदर्श निर्माण करतात.

जनीं सर्वसूखी असा कोण आहे। विचारें मना तूंचि शोधूनि पाहे।।
मना त्वां चि रे पूर्वसंचीत केलें। तयासारिखें भोगणें प्राप्त जालें।।११।।

अर्थ : या जगात सर्वसुखी (पूर्णपणे सुखी-समाधानी) असा कोण आहे? हे मना, तू विचार कर आणि शोधून काढ. आज तू जे काही भोगत आहेस ते तुझेच पूर्वसंचित कर्म आहे.

तात्पर्य : कितीही सुखसुविधा प्राप्त झाल्या तरी मन कधीही पूर्णपणे संतुष्ट होत नाही. एक इच्छा पूर्ण झाली की लगेच दुसरी तयार होते. मनातील इच्छा, मनाच्या

वृत्ती व त्यामुळे होणारे कर्म, हे त्याच्या स्थितीस जबाबदार असते. इच्छापूर्तीमध्ये मन आनंद शोधू पाहते. कारण त्याने खऱ्या आनंदाचा (स्वबोध) स्वाद कधी चाखलाच नाही. जोपर्यंत आत्मज्ञान होत नाही तोपर्यंत मनात सुख-दु:खाचा खेळ चालूच राहतो.

मना सांग पां रावणा काय जालें। अकस्मात तें राज्य सर्वै बुडालें।।
म्हणोनी कुडीं वासना सांडि वेगीं। बळें लागला काळ हा पाठिलागीं।।१३।।

अर्थ : हे मना, रावणाच्या बाबतीत काय घडले ते बघ. त्याचे साम्राज्य बघता-बघता लयाला गेले. म्हणून हे मना, लवकरात लवकर वासनेचा त्याग कर. कारण बलवान काळ सर्वांचा पाठलाग करत आहे.

तात्पर्य : मनातील वासना माणसाचे अध:पतन करवते. सीतेला प्राप्त करून घेण्याच्या हव्यासापोटी रावणाचे साम्राज्य नष्ट झाले, त्याच्या अंतास त्याची इच्छा कारणीभूत ठरली. माणूस काही काळासाठी पृथ्वीवर येतो. म्हणून लवकरात लवकर मनाच्या विकारांवर मात करण्याचे काम करायला हवे.

■■■

३

ईश्वरीय संकेत व नारायणाचा गृहत्याग

नारायणामध्ये झालेला बदल आईच्या नजरेतून सुटला नाही. वडिलांच्या पश्चात तिने मोठ्या धैर्याने दोन्ही मुलांचे पालनपोषण केले होते. नाममंत्र मिळाल्यानंतर नारायण शांत व गंभीर झाले होते. ते आईशी खूप प्रेमाने व आदराने वागत होते. तिची प्रत्येक गोष्ट ऐकू लागले होते. हे पाहून आईने काही दिवसांनंतर पुन्हा त्यांच्या मागे लग्न करण्याचा तगादा लावला.

एके दिवशी संधी पाहून आई नारायणला म्हणाली, ''बाळा, मला त्रास व्हावा असे तुला वाटते का?'' नारायणाने उत्तर दिले, ''नाही, आई! मला असे का वाटेल?'' त्यावर आई हळुवारपणे म्हणाली, ''मग तू लग्न का करत नाहीस? वंश पुढे चालण्यासाठी लग्न करणे खूप आवश्यक आहे.'' नारायणकडे याचे उत्तर तयार होते. त्याने तार्किक उत्तर दिले, ''दादाचे लग्न झाले आहे ना! मग वंश पुढे चालवण्यासाठी माझ्या लग्नाची काय गरज आहे?''

आई संयमाने पुढे म्हणाली, ''बाळा! मुलांचा सांभाळ करण्यासाठी आई कितीही सक्षम असली तरी मुलाची गृहस्थी सांभाळण्यासाठी जबाबदार सून असावी असे तिला वाटतेच ना! सुनेवर घरची जबाबदारी टाकून आई निश्चिंतपणे मोक्षाची इच्छा करू शकते. तुझा विवाह न होण्याच्या दुःखात मी मरावे, असे तुला वाटते का?''

हे ऐकून नारायण विचारांत गढून गेले. त्यांचे लग्न लावण्यामागे आईचा असाही दृष्टिकोन होता, हे त्यांना माहीत नव्हते. नारायण गंभीर होऊन विचार करत असल्याचे पाहून आईची आशा पालवली. तिला वाटले, की ती आता त्यांचे मन

वळवू शकेल. म्हणून पुन्हा तोच विषय काढून ती म्हणाली, ''हे बघ, बाळा! आता तू फक्त 'हो' म्हण. माझ्या आनंदासाठी एवढे तरी कर. आंतरपाट* धरेपर्यंत तरी तू 'नाही' म्हणू नकोस. पुढे तुझी इच्छा!'' आईला वाटले, आंतरपाट दूर होताच नारायणाच्या गळ्यात वरमाला पडेल व तो सांसारिक जबाबदाऱ्यांमध्ये अडकून जाईल. त्यानंतर त्याला त्याच्या संसारात राहावेच लागेल.

आईच्या बोलण्यामागे दडलेला चतुरपणा नारायणच्या लक्षात आला नाही. आईचे मन राखण्यासाठी त्यांनी लग्न करण्यास होकार दिला. त्यांनी आईला वचन दिले, की आंतरपाट धरेपर्यंत लग्नास नकार देणार नाही. आई मनातल्या मनात आनंदून गेली. आपल्या हुशारीचे तिला कौतुक वाटले. पण, पुढे काय वाढून ठेवले आहे याची तिला काय कल्पना!

लवकरच नारायणसाठी वधू निश्चित केली गेली. लग्नाचा मुहूर्त काढला गेला. बघता-बघता लग्नाची सर्व तयारी झाली. तो दिवस उजाडला ज्याची आई खूप आतुरतेने वाट पाहत होती. लग्नदिवशी नवऱ्या मुलाची वरात नवऱ्या मुलीच्या गावी पोहोचली. एकामागून एक लग्नविधी पार पडले. या सगळ्या विधींमध्ये नारायणाचा सहभाग उत्तम होता. त्यांच्या मनात काय सुरू आहे, ते पुढे काय करणार आहेत, याची कोणालाही काहीच कल्पना नव्हती.

लग्नविधी पूर्ण होताच वधू-वरांमध्ये आंतरपाट धरला गेला. तिथे उपस्थित असलेले ब्राह्मण मंगलाष्टका म्हणू लागले. क्षणाक्षणांनी आंतरपाट दूर होण्याची घटका भरत आली होती. काही क्षणातच वरमाला गळ्यात पडण्याची वेळ आली व प्रथेनुसार ब्राह्मण म्हणाले, 'शुभमंगल सावधान...'

'सावधान' शब्द कानांवर पडताच नारायण सावध झाले. जणू काही हा त्यांच्यासाठी ईश्वरीय संकेत होता. त्यांच्या अंतःकरणात आवाज घुमू लागला, 'सावधान! तुझ्या पायात गृहस्थाश्रमाची बेडी पडणार आहे... सावध हो!'

आता मात्र नारायण बेचैन झाले. त्यांना चिंता वाटू लागली की, आता याक्षणी आपण काही केले नाही तर वरमालेबरोबर सांसारिक बंधन गळ्यात पडणार व हे बंधन विश्वकल्याणाच्या उद्देशामध्ये अडथळा आणणार...

आंतरपाट दूर होण्याची घटिका जवळ आली होती. आईला दिलेले वचन इथे पूर्ण होणार होते. एका क्षणाचाही विलंब न लावता, धनुष्यातून सुटलेल्या बाणाप्रमाणे

* लग्न लावतेवेळी वधू-वरांमध्ये धरलेला पडदा.

नारायण क्षणार्धात उडी मारून मंडपातून बाहेर पळाले. कोणाला काही कळायच्या आत ते मंडपातून नाहीसे झाले.

सुप्तावस्थेत गेलेला रजोगुण या वेळी उपयोगी पडला होता. वायुगतीने ते तिथून निघून गेले, ते कोणाच्याही हाती लागले नाहीत.

'नवरा मुलगा पळाला... नवरा मुलगा पळाला...' मंडपात एकच गोंधळ उडाला होता. आईवर जणू आकाशच कोसळले होते. रडत-रडत ती स्वत:लाच दूषणे देऊ लागली. आईला कसेबसे शांत करून गंगाधर नारायणला शोधण्यासाठी बाहेर पडला. परंतु आजूबाजूला शोध घेऊनही नारायण न सापडल्याने निराश होऊन तो परत फिरला. नारायण कुठे लपून बसले होते कोण जाणे!

उद्देश स्वच्छपणे समोर असेल तर मार्ग आपोआप सापडतो.
उद्देश दमदार असेल तर
जोखमीचा मार्ग अडथळा न बनता आव्हान बनतो.

करी काम नि:काम या राघवाचें। करी रूप स्वरूप सर्वां जिवांचें।।
करी छेद निर्द्वंद हे गूण गातां। हरीकीर्तनीं वृत्तिविश्वास होतां।।७७।।

अर्थ : रामनाम सर्व वासनांचा नाश करते. रामनाम घेणाऱ्याला सर्व जीवमात्रांत स्व-स्वरूपाचेच दर्शन होते. रामाचे गुणगान केल्याने मनातील द्वंद्व (द्वैतबुद्धी) समाप्त होते. हरिकीर्तनावर (नामस्मरणात) विश्वास ठेवला तर हे शक्य होते.

तात्पर्य : नामस्मरणाने जेव्हा स्व-स्वरूप (आत्मबोध) प्रकाशमान होते तेव्हा 'प्रत्येक प्राणिमात्रांत तोच ईश्वर आहे जो माझ्यात आहे,' हा साक्षात्कार होतो. यानंतर प्रत्येक जिवात ईश्वर दिसू लागतो. भक्तिमार्गात नामस्मरणाचे महत्त्व खूप मोठे आहे. नामस्मरणामुळे उपासक व ज्याची उपासना केली जाते (उपास्य) तो एकच असल्याची अनुभूती होते.

क्रियेवीण नानापरी बोलिजेतें। परी चीत दुश्चीत तें लाजवीतें।।
मना कल्पना धीट सैराट धावे। तया मानवा देव कैसेनि पावे।।१०४।।

अर्थ : या जगात कृतिशून्य बडबड करणारे खूप लोक आहेत. अशा लोकांना कधी ना कधी लज्जित व्हावे लागते. मन अनेक कल्पनांच्या मागे धावत असते. असे असताना ईश्वराचे दर्शन कसे होणार?

तात्पर्य : ज्यांचे भाव, विचार, वाणी व क्रिया यांच्यात एकरूपता असते, ते विश्वास ठेवण्यायोग्य असतात. असे लोक आदरास पात्र असतात. मन शेखचिल्लीप्रमाणे कल्पनांमध्ये रममाण झाले तर योग्य कार्य करू शकत नाही. कल्पनांमध्ये रमण्याची सवय मनाला ईश्वरदर्शनापासून दूर ठेवते. ईश्वराच्या रूपाची कल्पना करण्यामुळे ते ईश्वराचे खरे रूप जाणू शकत नाही. म्हणून समर्थ रामदास मनाला कल्पनांमागे न धावण्याचा उपदेश देतात.

■■■

खंड २

तपश्चर्या काळ

४

पंचवटीमध्ये प्रभुदर्शन

विवाहमंडपातून पळाल्यानंतर कुठे जायचे, काय करायचे, कोणाला भेटायचे हे नारायणला कळेना. आपल्याला शोधण्यासाठी भाऊ व इतर जण नक्की येणार, हे त्यांना ठाऊक होते. त्यांच्या हाती लागलो तर वरमाला गळ्यात पडणार याची त्यांना खात्री होती. म्हणून ते एका मोठ्या पिंपळाच्या झाडाच्या बुंध्यापाशी जाऊन लपले.

त्यांना शोधण्यासाठी आलेल्या लोकांनी त्यांचा चहूबाजूला शोध घेतला. पण ते न सापडल्यामुळे निराश होऊन ते परत फिरले. सगळा गोंधळ शांत झाल्यावर इथे-तिथे लपतछपत त्यांनी चार-पाच दिवस काढले. नंतर ते त्या गावातून बाहेर पडले.

अचानकच घर सुटले होते. पुढे कुठे जायचे ते काहीच ठरवले नव्हते. पुन्हा घरी परत जाणे तर शक्यच नव्हते. विश्वकल्याणाचा हेतू मनात असल्याने घरी परतण्याचा विचार करणे सोडून देणे क्रमप्राप्त होते.

निश्चिंतपणे साधना करण्यासाठी एक शांत, एकांत असलेली जागा शोधण्याची आवश्यकता होती. त्यासाठी गोदावरी नदीच्या किनारी असलेल्या नाशिक गावी जाण्याचा ते विचार करू लागले. नाशिक असे ठिकाण आहे जिथे पंचवटीमध्ये प्रभू रामचंद्रांनी वनवासात असताना काही दिवस मुक्काम केला होता. हे ठिकाण पूर्वीपासूनच तपस्वी व ऋषिमुनींसाठी तपोवन होते. आध्यात्मिक प्रभावाने भारलेले असे हे ठिकाण असल्याने नारायण पंचवटीला जाण्यास निघाले.

एकेक गाव पार करत, चालत-चालत नारायण गोदावरी किनारी असलेल्या पंचवटीत येऊन पोहोचले. गोदावरीत स्नान करून ते श्रीराम मंदिरात मुक्कामासाठी

थांबले. मनात सतत नामस्मरण सुरू होते. श्रीरामाच्या दर्शनासाठी मन आसुसले होते. ते मंदिरात ध्यानस्थ बसले.

काही वेळाने ध्यानावस्थेत असताना त्यांच्यासमोर एक आभा प्रकट झाली. ते पाहून नारायणने प्रभू श्रीरामांना ओळखले. त्यांनी त्यांच्या पायांवर लोटांगण घातले. मनातल्या मनात ते तपस्या करण्यासाठी रामाकडे आश्रय मागत होते. श्रीरामांनी प्रेमाने आपला हात त्यांच्या मस्तकावर ठेवला व तपश्चर्या करण्याचा आदेश देऊन ती तेजस्वी आभा अदृश्य झाली.

ध्यानावस्था संपल्यावर नारायणच्या मनात विचार आला की, आपल्याला भ्रम तर झाला नाही ना?... इतक्या सहजपणे प्रभूचे दर्शन होणे कसे शक्य आहे?... परंतु श्रीरामांनी दिलेल्या आदेशाची वाणी अद्याप त्यांच्या कानांत घुमत होती. श्रीरामांच्या दर्शनाने त्यांच्या अंतःकरणात उमटलेला भाव अजूनही जाणवत होता, हे सर्व कसे नाकारता येणार?

उपाशीपोटी चालत आल्यामुळे नारायणचे शरीर दुर्बल झाले होते. त्याचबरोबर श्रीरामाच्या दिव्य दर्शनामुळे जे भाव मनात दाटले होते, त्यामुळे नारायण बेशुद्ध होऊन खाली कोसळले. मंदिरात आलेल्या भक्तांनी त्यांना शुद्धीवर आणले व त्यांची चौकशी केली. नारायणाने स्वतःबद्दल काहीही सांगितले नाही. अनाथ समजून एका स्त्रीने त्यांना आपल्या घरी नेले. त्यांना खाऊ-पिऊ घालून स्वतःच्या घरात आश्रय दिला.

दुसऱ्या दिवशी सकाळी त्या स्त्रीचे आभार मानून ते पुन्हा मंदिरात आले. तेथे आश्रय घेऊन दररोज मंदिराची स्वच्छता करण्याचे काम करू लागले. पूजेनंतरचा वेळ ते मनन व ध्यान करण्यात घालवत होते.

समाधिवस्थेत प्रभू रामचंद्राचे दर्शन झाल्यामुळे आता नारायणच्या मुखातून सहजपणे भक्तिपूर्ण पदे येऊ लागली. दिवसभर त्यांचे चित्त आनंदाने डोलत राही. लोकांमध्ये राहूनही ते सर्वांपासून अलिप्त होते. अशा अवस्थेत सांसारिक गोष्टी गौण वाटू लागतात. नारायणही याला अपवाद नव्हते.

परिवारापासून दूर असलेल्या या बालकाला अशा अवस्थेत पाहून कोणी त्यांना 'बालयोगी' म्हणे तर कोणी 'बैरागी'! लोकांना वाटे याच्या आईवडिलांचा पत्ता समजला तर याला त्याच्या घरी सोडता येईल.

नारायण मात्र कोणालाही जुमानणारे नव्हते. दिवस-रात्र ते आपले काम व जप करण्यात मग्न राहत. एखाद्याने त्यांना त्यांच्या घर-परिवाराविषयी विचारलेच तर त्यांचे उत्तर ठरलेले होते, 'प्रभू राम सर्व काही जाणतात.'

लोकांना समाधानकारक उत्तर न मिळाल्यामुळे ते अनेक तर्क-वितर्क करत असत, नारायण समजून चुकले होते, की भक्तिभावनेत राहून तपस्या करायची असेल तर संसारी लोकांपासून व त्यांच्या कुतूहलापासून दूर राहायला हवे. नाहीतर एके दिवशी ते नक्कीच आपल्याला आपल्या गावी जामला पोहोचवतील.

अशी शंका मनात येताच त्यांनी पंचवटी सोडले आणि गोदावरी किनारी असलेल्या टाकळी गावी गेले. तिथे एका टेकडीवर नैसर्गिकपणे बनलेल्या गुहेत राहून ते तपश्चर्या करू लागले.

प्रत्येकाच्या जीवनात निरनिराळी आव्हाने येतात. उद्दिष्टाप्रति समर्पण भाव असेल तर आव्हाने नवीन मार्ग उघडण्यासाठी निमित्त बनतात.

जनीं हीत पंडित सांडीत गेले। अहंतागुणें ब्रह्मराक्षेस झाले॥
तयांहूनि वित्पन्न तो कोण आहे। मना सर्व जाणीव सांडूनि राहे॥११३॥

अर्थ : मोठमोठे विद्वान पंडित, लोकांसाठी हिताच्या गोष्टी करूनही 'मी श्रेष्ठ आहे' या अहंकारापायी मोक्ष प्राप्त करू शकले नाहीत. मोक्ष न मिळाल्यामुळे ते मृत्युपश्चात ब्रह्मराक्षस* योनीतच अडकून राहिले. अहंकारामुळे विद्वान पंडितांचीही अशी अवस्था होते. म्हणून हे मना, तू अहंकाराचा त्याग कर!

तात्पर्य : स्वतःला इतरांपेक्षा वेगळे, श्रेष्ठ मानणे हा अहंकार आहे. अहंकार माणसाला सैतान बनवू शकतो. मन विनम्र व आज्ञाकारी होण्यामध्ये अहंकार सर्वात मोठी बाधा आहे. अहंकारी मन माणसाचा शत्रू आहे, तर आज्ञाकारी मन माणसाचा मित्र आहे. अहंकारामुळे माणूस उच्चपदावरून पदभ्रष्टही होऊ शकतो. म्हणून समर्थ रामदासांनी मनाला अहंकाराचा त्याग करण्यास सांगितले आहे.

---

* ब्रह्मराक्षस : ज्या विद्वान ब्राह्मणाला मृत्यूनंतर सद्गती मिळत नाही, तो ब्रह्मराक्षस (पथभ्रष्ट) होतो, अशी धारणा आहे.

तुटे वाद संवाद तेथें करावा। विवेकें अहंभाव हा पालटावा।।
जनी बोलण्यासारखें आचरावें। क्रियेपालटें भक्तिपंथें चि जावें।।११५।।

अर्थ : जिथे वादविवाद संपण्याची शक्यता असेल तिथे संवाद करा. विवेकाने अहंभाव संपवा. जे बोलाल तसे वागा, आचरण करा. भक्तिमार्ग आपल्या आचरणात बदल घडवून आणतो. म्हणून हे मना, तू भक्तिमार्गावरून चाल!

तात्पर्य : अहंकार वादविवादाचे मूळ कारण आहे. म्हणून तो संवाद करू देत नाही. जिथे संवादाने वादविवाद समाप्त होऊ शकतात, तिथे अहंकार बाजूला ठेवून संवाद साधणे हा विवेकपूर्ण व्यवहार आहे. भक्तिमार्गावरून जाताना अहंकार नाहीसा होतो व वादविवाद संपून जातात. म्हणून समर्थ रामदास मनाला भक्तिमार्ग अनुसरायला सांगतात.

■■■

५

टाकळीला राहून साधना

टाकळीत राहून साधना करणे सोपे नव्हते. सुरुवातीला त्या गावातील काही दुष्ट व टवाळ लोकांनी नारायणना खूप त्रास दिला. त्यांची चेष्टा करत त्यांना तिथून हाकलून लावण्याचा प्रयत्नदेखील केला.

एखादा जाणूनबुजून त्रास देत असेल, त्यामुळे तुम्ही त्रस्त झालात तर समोरच्याला अजूनच चेव चढतो. तुम्ही चिडलेले पाहून तो खूश होतो. याउलट, तुम्ही चिडला नाहीत तर त्याचा उद्देश सफल न झाल्यामुळे तो कमजोर पडतो. अगदी अशीच स्थिती नारायणच्या बाबतीत घडली. नारायणाने त्या लोकांकडे दुर्लक्ष करून आपले लक्ष साधना, जपतप यांवर केंद्रित केले. त्यामुळे हळूहळू लोकांनी त्यांना त्रास देणे बंद केले.

वडिलांच्या मृत्यूनंतर नारायण गहनपणे मनन करू लागले होते. त्यांना कळून चुकले होते की, संसारी बनून भक्तिमार्गावर मार्गक्रमण करणे असो अथवा संन्यस्त होऊन कार्य करणे असो दोन्हींसाठी शरीर सामर्थ्यशाली असण्याची खूप आवश्यकता आहे. ही जाणीव ठेवून एक ठाम हेतू मनात धरून गुहेमध्ये नारायणाची तपश्चर्या सुरू झाली.

तपश्चर्या म्हणजे फक्त ध्यान, नामस्मरण करणे नाही. त्यामध्ये शारीरिक तप, कष्ट सहन करावे लागतात, मानसिक क्लेशही होतात. शरीराबरोबर मनालाही प्रशिक्षण द्यावे लागते. तपश्चर्येद्वारे शरीरावर पूर्ण नियंत्रण मिळवता येते. हे 'तपाचे

आश्चर्य' आहे जे तपश्चर्येद्वारे जीवनात दिसून येते. त्यासाठी ठाम निश्चय करावा लागतो.

नारायण दररोज सूर्योदयापूर्वी उठत असत. स्नान करून १२०० सूर्यनमस्कार घालत. शारीरिक सामर्थ्य कमवायची याहून सोपी पद्धत नव्हती. त्यानंतर गोदावरीच्या खोल पात्रात, थंड पाण्यात उभे राहून गायत्री मंत्र म्हणत व नामस्मरण करत असत. सूर्योदयापासून मध्यान्ह होईपर्यंत ते पाण्यात उभे राहून नामस्मरण करत असत. इतका वेळ पाण्यात उभे राहत असल्याने त्याच्या पायाच्या त्वचेला सुरकुत्या पडल्या होत्या. कित्येक वेळा पायाला मासे चावत होते. असे असूनही पूर्ण श्रद्धेने व प्रेमाने ते साधनेत तल्लीन राहत होते. प्रभू रामचंद्रांवर असलेल्या अतूट श्रद्धेमुळे त्यांना इतकी कठीण साधना करणे कष्टप्रद वाटले नाही. सहजपणे ते साधना करत होते. तासन्‌तास नामस्मरण केल्यानंतर ते रामाची व हनुमानाची पूजा करायचे व त्यानंतर पोटापाण्याची व्यवस्था करण्यासाठी बाहेर पडायचे.

उदरनिर्वाहासाठी ते टाकळीतील पाच घरांमध्ये भिक्षा मागत होते. तिथे भिक्षा मिळाली नाही, तर त्यांनी कधीच सहाव्या घराचे दार ठोठावले नाही. रामाची इच्छा असे समजून ते त्या दिवशी उपवास करत होते.

पाच घरांतून जे काही मिळे ते, ते कधी एकटे खात नसत. तर, त्याचे तीन भाग करून एका गाईला, दुसरा जलचरांना व तिसरा स्वत: खात होते. त्यांच्यासाठी जेवण म्हणजे जिभेचे चोचले पुरवणे नव्हते. शरीर जिवंत राहण्यासाठी ते जेवत होते. जेवण झाल्यावर ते नाशिकला जाऊन विद्वानांच्या संगतीत ज्ञानचक्षू उघडावेत यासाठी शास्त्राध्ययन करत होते.

त्यांची ही साधना पाहून टाकळीच्या रहिवाशांचे मन द्रवले. ते त्यांना ओळखू लागले, त्यांचा आदर करू लागले. त्यांची भेट झाली तर निरर्थक गप्पा न मारता त्यांच्याशी धर्म-कर्माच्या गोष्टी बोलू लागले. आपल्या संकटांचे निवारण करण्याचा मार्ग विचारू लागले.

नारायणला जेव्हा एखादा त्यांचे नाव विचारी तेव्हा ते हसून उत्तर देत, "मी रामदास आहे. रामाच्या हजारो वानरांनी बनलेल्या सेनेतील मी एक आहे." आईवडिलांनी ठेवलेले 'नारायण' हे नाव जणू ते विसरून गेले होते. आता ते फक्त 'रामदास' होते. लोकही त्यांना याच नावाने ओळखू लागले.

बारा वर्षे त्यांनी तपश्चर्या केली. 'श्रीराम जय राम जय जय राम' या समर्थ त्रयोदशाक्षरी मंत्राचा तेरा कोटी वेळा जप केला. त्याचबरोबर गायत्री मंत्र सिद्ध केला.

छोटा नारायण आता एक तेजस्वी युवक होऊन 'रामदासस्वामी' या रूपात उदयाला आला होता. या दरम्यान त्यांना अनेक वेळा प्रभू श्रीरामाचे (स्वबोध चेतना) दर्शन झाले. तपश्चर्येच्या या कालावधीत त्यांना पहिला शिष्य मिळाला. त्याचे नाव होते 'उद्धव.' तो कसा भेटला याची कहाणी अगदी रोचक आहे. ती पुढील भागात पाहू.

तपश्चर्या पूर्ण झाल्यावर त्यांनी आपल्या झोपडीत हनुमानाची मूर्ती स्थापन केली. त्याचे उत्तरदायित्व उद्धवावर सोपवून ते आपल्या खऱ्या उद्देशाची, विश्वकल्याणाची पूर्तता करण्यासाठी टाकळी गाव सोडून निघाले.

निरंतर प्रयास हा यशप्राप्तीचा मार्ग आहे. निरंतर साधना केल्याने जीवनातील परमोच्च यश– आत्मबोध प्राप्त करता येतो.

गतीकारणें संगती सज्जनाची। मती पालटे सूमती दुर्जनाची।।
रतीनायिकेचा पती नष्ट आहे। म्हणोनी मनातीत होऊनी राहें।।१२९।।

अर्थ : सज्जनांच्या संगतीत राहून दुर्जनांची मतीसुद्धा शुद्ध होते. रतीचा पती (मदन*) हीन व दुष्ट आहे. त्याच्या संगतीत मती भ्रष्ट होते. म्हणून हे मना, त्याची संगत सोड व सज्जनांची संगत धर!

तात्पर्य : संगत माणसाचे चरित्र घडवते. जीवनात सद्गती प्राप्त करायची असेल तर संगत योग्य हवी. तुम्ही कोणाच्या संगतीत आहात किंवा तुम्ही कसे आहात, यावर विचार करा. मनाच्या वासना वृद्धिंगत करणारी संगत सुरुवातीला चांगली वाटते. परंतु, ती शेवटी अध:पतनास कारणीभूत ठरते. म्हणून नेहमी सत्संगात राहा, नामस्मरण करा, जेणेकरून मन विकारांपासून मुक्त होईल.

---

* मदन : पुराणशास्त्रानुसार हा कामवासनेचे प्रतीक मानला जातो. त्याने भगवान शिवशंकरावर कामास्त्र सोडण्याचा प्रयत्न केला होता. त्यामुळे शंकराने त्याला भस्मसात केले होते.

नसे गर्व आंगीं सदा वीतरागीं। क्षमा शांति भोगी दया दक्ष योगी।।
नसे लोभ ना क्षोभ ना दैन्यवाणा। इहीं लक्षणीं जाणिजे योगिराणा।।१३४।।

अर्थ : ज्याला गर्व - अहंकार नाही, जो सदा वैराग्यात राहतो, जो दया व क्षमा करण्यात तत्पर असतो, ज्याची वृत्ती शांत व स्थिर आहे, जो कधी लोभ व क्षोभ (क्रोध) करत नाही, ज्याचा भाव कधीही हीन नसतो, अशा लक्षणांनी युक्त असलेला पुरुष योगीराज असतो.

तात्पर्य : 'स्व'शी योग (स्व-स्वरूप जाणल्यामुळे) झाल्यानंतर दया, क्षमा, शांती इत्यादी गुण आपोआप अंगी उतरतात. लोभ, क्रोध, अहंकारादी विकार समाप्त होतात. ज्याचा 'स्व'शी योग आहे, जो आत्मप्रज्ञेत स्थित आहे तो योगीराज (महायोगी / युगपुरुष) आहे.

■■■

६

रामदास ते समर्थ होण्याची कहाणी

टाकळी गावातील लोक आता रामदासांना चांगले ओळखू लागले होते. त्यांच्या तप-साधनेत कोणताही व्यत्यय येऊ नये, याची ते काळजी घेत होते. ते समाधिवस्थेत नसतील तर त्यांचा आशीर्वाद घेत होते.

एके दिवशी स्वामी रामदास एका झाडाखाली, एकांतात ध्यानस्थ बसले होते. त्या दिवशी बाजूच्या गावातल्या एका निपुत्रिक ब्राह्मणाचा मृत्यू झाला होता. त्या वेळच्या सामाजिक प्रथेनुसार ब्राह्मणपत्नीने सती जाण्याचा निर्णय घेतला.

त्या वेळी अज्ञानामुळे चांगला-वाईट विचार करण्याची मानसिकता लोकांमध्ये नव्हती. परंपरा कितीही क्रूर असल्या तरी त्यांचे पालन करण्याची प्रवृत्ती त्यांच्यात होती. सतीप्रथाही अशीच क्रूर होती. जिवंतपणी पत्नीचे पतीच्या शवाबरोबर दहन केले जात होते. असे केल्याने स्वर्गातही ते दोघे एकत्र राहतील, अशी त्या वेळी लोकांची धारणा होती.

सती जाण्यापूर्वी पत्नीला नववधूप्रमाणे सजवले गेले व वाजतगाजत पतीच्या शवाबरोबर तिला स्मशानात घेऊन जाऊ लागले. तिथे उपस्थित असलेल्या सर्व स्त्रिया, तिच्यासमोर सतीमातेचे गुणगान गाऊ लागल्या.

बघता-बघता शवयात्रेला एखाद्या मिरवणुकीचे स्वरूप आले. आजूबाजूच्या गावातील सर्व लोक हे दृश्य बघायला तिथे येऊन पोहोचले. सर्व जण त्या स्त्रीच्या पाया पडू लागले. स्वर्गात जाणाऱ्या सतीचा आशीर्वाद मिळवण्यासाठी सर्वांची धडपड सुरू होती.

जाता-जाता मिरवणूक स्वामी रामदास जिथे बसले होते तिथे येऊन पोहोचली. सर्व जण स्वामींच्या पाया पडू लागले. रामदासस्वामी मिटल्या डोळ्यांनीच सर्वांना आशीर्वाद देते होते. अचानक त्या स्त्रीने, जिच्यासाठी ही सारी मिरवणूक काढली होती तिने, येऊन स्वामींना नमस्कार केला.

रामदासस्वामींनी आशीर्वाद दिला, 'अष्टपुत्रा सौभाग्यवती भव!'

हे ऐकून सगळीकडे एकदम शांतता पसरली. असा कसा आशीर्वाद दिला?... जी स्त्री पतीच्या मृत्युपश्चात सती जायला निघाली आहे तिला अष्टपुत्र होण्यासाठी आशीर्वाद?... हे कसं शक्य आहे?

ती स्त्रीसुद्धा स्वामींकडे आश्चर्याने बघू लागली. नंतर कोणीतरी म्हणाले, "आधी डोळे उघडून बघायचं तरी! असा कसा आशीर्वाद दिला तुम्ही?" या घटनेमुळे तिथे असलेल्या दुष्ट लोकांना स्वामींचा उपहास करण्याची आयतीच संधी मिळाली.

पुढे येऊन ती स्त्री म्हणाली, "महाराज, या जन्मी तुमचा आशीर्वाद सफल होणे शक्य नाही. मी माझ्या मृत पतीबरोबर सती जाण्यास निघाले आहे. काही वेळातच माझा हा जन्म समाप्त होणार आहे. आता कसले सौभाग्य आणि कसले संतान... आता हे पुढच्या जन्मी शक्य होईल."

स्वामी रामदास चमकले. त्यांनी क्षणार्धात डोळे उघडले. 'असं कसं शक्य आहे?... ज्या वाणीतून निरंतर रामनामाचा जप होतो, त्या वाणीतून निघालेला आशीर्वाद खोटा कसा ठरेल?' रामदासांची आता कठीण परीक्षाच होती.

त्यांनी शव त्यांच्याजवळ घेऊन येण्यास सांगितले. शवाकडे जवळून बघताच त्यांच्या लक्षात आले की, अज्ञानवश लोक जिवंत व्यक्तीलाच मृत समजून स्मशानात घेऊन जात आहेत. त्याची नाडी मंद झाली होती. श्वासोच्छ्वासही मंदपणे सुरू होता.

रामदासांनी शवाच्या नाकासमोर दोरा पकडून श्वास सुरू असल्याची खात्री करून घेतली. नंतर प्रभू रामाचे नाव घेत आपल्या कमंडलूतील पाणी त्याच्या अंगावर शिंपडण्यास सुरुवात केली. त्याच्यासाठी ते प्रार्थना करू लागले.

बघता-बघता ब्राह्मणामध्ये चैतन्य आले. त्याचा श्वासोच्छ्वास वाढू लागला. डोळे विस्फारून सारा गाव हे दृश्य पाहत होता. स्वामी रामदासांनी एका शवामध्ये पुन्हा प्राण आणले होते. ब्राह्मणपत्नीच्या आनंदाला पारावार उरला नाही. रामदासांच्या सांगण्यानुसार त्या ब्राह्मणाला एका वैद्याकडे नेण्यात आले.

जाता-जाता ब्राह्मणपत्नीने रामदासांना वचन देत म्हटले, ''महाराज, तुम्ही माझ्या पतीचे प्राण यमराजाच्या दरवाजातून परत आणले आहेत. तुमचे हे उपकार मी फेडू शकणार नाही. मला विश्वास आहे, की तुमच्या आशीर्वादामुळे मला आठ पुत्रही होतील. मी आज सर्वांसमोर तुम्हांला वचन देते, की माझा पहिला पुत्र तुमच्या सेवेसाठी कायमचा तुम्हांला अर्पण करेन.''

''ही सर्व श्रीरामाची कृपा आहे. मी फक्त माध्यम आहे.'' एवढे बोलून स्वामी रामदास पुन्हा ध्यानस्थ झाले.

त्या दिवसापासून स्वामी रामदासांना 'समर्थ रामदासस्वामी' असे संबोधले जाऊ लागले. लोकांच्या म्हणण्यानुसार त्यांनी आपल्या तपःसामर्थ्याने एका शवात पुन्हा चेतना जागृत केली होती. वास्तविक, आपल्या सहजबुद्धीद्वारे त्यांनी शवाचे निरीक्षण केले असता त्यांना ती व्यक्ती जिवंत असल्याचे लक्षात आले होते. लोकांना मात्र हा चमत्कार वाटला होता.

त्यानंतर ते ब्राह्मण पती-पत्नी त्यांचे शिष्य बनले. आपल्या वचनानुसार त्यांनी त्यांचा पहिला पुत्र माया-ममता बाजूला सारून समर्थ रामदासांच्या सेवेसाठी अर्पण केला. पुढे हाच मुलगा त्यांचा परमशिष्य बनून 'उद्धवस्वामी' या नावाने प्रसिद्ध झाला.

ज्यांचा विश्वास अढळ असतो, ते चमत्काराचे धनी ठरतात.

जिवां श्रेष्ठ ते स्पष्ट सांगोनि गेले। परी जीव अज्ञान तैसेचि ठेले।
देहेबुधिचें कर्म खोटें टळेना। जुनें ठेवणें मीपणें आकळेना।।१३७।।

अर्थ : संत, महात्मे यांनी अज्ञानी जिवांसाठी कल्याणकारी अशा गोष्टी अतिशय साध्या व सोप्या शब्दांत सांगितल्या आहेत. परंतु लोकांचे अज्ञान तसेच्या तसे आहे. देहबुद्धीवश (स्वतःला शरीर समजून) लोक अज्ञानात कर्म करत राहतात. अहंकारामुळे (मला सर्व माहीत आहे) जे सत्य सांगितले जात आहे ते त्यांना समजू शकत नाही.

तात्पर्य : सत्य जाणून, स्वज्ञानाच्या प्रकाशात केले जाणारे कर्म हे खरे कर्म आहे, जे मुक्ती प्राप्त करून देते. 'मी शरीर नाही' हे सत्य अनुभवाने जाणणे म्हणजे स्वज्ञान आहे. 'मी श्रेष्ठ आहे, मला सर्व ज्ञान आहे' हा अहंकार गळून पडतो तेव्हा स्वज्ञानाचा प्रकाश पसरतो.

भ्रमे नाडळे वीत ते गुप्त जालें। जिवा जन्मदारिद्र ठाकूनि आलें।।
देहेबुधिचा निश्चयो ज्या टळेना। जुनें ठेवणें मीपणें आकळेना।।१३८।।

अर्थ : मतिभ्रम झाल्यामुळे आपल्याजवळ असलेला खजिना लुप्त होतो. त्यामुळे सारा जन्म दारिद्री अवस्थेत घालवावा लागतो. देहबुद्धीतून (मी शरीर आहे अशी धारणा) जो बाहेर येऊ शकत नाही, तो सहज उपलब्ध असलेला खजिना (आत्मज्ञान) समजू शकत नाही.

तात्पर्य : स्वत:ला शरीर मानून जगणाऱ्या माणसाला आत्मज्ञान प्राप्त होऊ शकत नाही. आत्मज्ञानाचा खजिना आपल्या अंतरंगात प्रत्येक क्षणी उपलब्ध आहे. परंतु 'मी शरीर आहे' हा विचार बुद्धी भ्रमित करतो. परिणामी, माणूस अंतरंगातील खजिना प्राप्त करू शकत नाही. म्हणजे, राजा असूनही तो एखाद्या भिकाऱ्याप्रमाणे जीवन व्यतीत करतो.

■■■

खंड ३

देशाटन व जनजागृती कार्य

७

समाजाची दुर्दशा ठरली देशाटनासाठी निमित्त

टाकळी गावात मुक्काम असताना समर्थ रामदासांची कीर्ती दूरवर पसरली होती. कित्येक जण त्यांचे भक्त झाले होते. आपल्यावरील संकटे दूर होण्याचा उपाय विचारण्यासाठी दूरदूरच्या गावांवरून लोक येऊ लागले होते. बऱ्याच वेळा लोक आर्थिक अडचणीच्या समस्या घेऊन येत असत.

देशातील परिस्थिती त्या वेळी खूप कठीण होती. कधी पूरपरिस्थिती, तर कधी दुष्काळ, अशा नैसर्गिक आपत्ती नेहमी येत होत्या. लोकांना कधी अन्नाचा तुटवडा होई, तर कधी पिण्यायोग्य पाणी मिळत नसे. शेतकऱ्यांकडे असलेल्या पाळीव प्राण्यांचा चाऱ्याअभावी मृत्यू होणे ही तर नेहमीचीच बाब ठरली होती. लोक कसाबसा उदरनिर्वाह करत होते. या संकटांबरोबर समाजावर अजून एक संकट घिरट्या घालत होते, ते होते सुलतानाचे!

यवनांच्या* आक्रमणांनी लोक त्रासून गेले होते. यवन स्वत:ची सत्ता स्थापन करत होते. सत्ता प्राप्त होताच लोकांचा छळ करत होते. त्यांच्या सैनिकांनी त्या काळी खूप उच्छाद मांडला होता.

मंदिरे उद्ध्वस्त केली जात होती, मूर्ती तोडल्या जायच्या. स्त्रियांना घराबाहेर पडणेसुद्धा कठीण झाले होते. सुलतानाचे निर्दयी सैनिक गावेच्या गावे लुटत होते.

---

* यवन : मुघल सैनिक, सुलतान, विधर्मी आक्रमण करणारे सतत हिंसा करणारे

जाता-जाता हिरव्यागार पिकांनाही आगी लावून जात होते. पूर व दुष्काळ यांतून वाचले तरी सुलतानाची ताकद लोकांना उद्ध्वस्त करून टाकत होती.

देशात सगळीकडे निर्धनता व दहशत असेच वातावरण होते. एखादेच घर मुश्कीलीने असे असायचे, की ज्यांनी यवनांचा अत्याचार सहन केला नाही. स्वत:च्याच देशात लोकांना भीतीमुळे लपूनछपून राहायची वेळ आली होती. यवन कधीही, कुठेही आक्रमण करत असल्याने लोक अगतिक झाले होते.

जिथे यवन राज्य स्थापन करत तेथील प्रजेवर अनेक निर्बंध घातले जात होते. धार्मिक कार्ये, जपतप, अनुष्ठान करण्यावर बंदी असे. लोकांना धर्मभ्रष्ट करण्याचा प्रयत्न होत असे. लोकांना जबरदस्तीने धर्म बदलण्यास भाग पाडले जाई. जे याला विरोध करत त्यांना एकतर मारून टाकले जाई किंवा त्यांच्याकडून दंड वसूल केला जाई. दंडाची रक्कम त्यांच्या कमाईपेक्षा जास्त असे.

समाजाची अशी दुर्दशा पाहून रामदासांना खूप दु:ख होत होते. त्यांना वाटे, प्रत्येक प्राणी स्वत:चे संरक्षण करण्यास समर्थ असतो. त्यातून मनुष्यप्राणी तर सर्व प्राणिमात्रांत श्रेष्ठ आहे, मग असे का घडत आहे, की सध्या हे लोक आपल्या परिवाराचे, देशाचे व धर्माचे रक्षण करण्यास असमर्थ ठरत आहेत?

लहानपणापासून ते बघत आले होते, की देशाची जनता आत्मविस्मृत आहे. स्वत:ची क्षमता, आपला गौरवशाली इतिहास ते विसरून गेले आहेत. त्यांना पुन्हा जागृत करण्याची गरज आहे. नाहीतर ते असाच जुलूम सहन करत राहतील. अशा वेळी समाजाला परमार्थाचा उपदेश देणे अजूनच हानिकारक ठरेल. समाजाची स्थिती सुधारण्यासाठी समाजाला एकत्रित आणून शक्तिशाली बनवणे, त्यांचा हरवलेला आत्मविश्वास, आत्मसन्मान जागवणे खूप आवश्यक होते.

रामदासांनी निश्चय केला, ज्याप्रमाणे जांबुवंताने हनुमानाला त्याच्या शक्तींची जाणीव करून दिली त्याप्रमाणे तेसुद्धा प्रजेला समाज व देशाप्रति असलेल्या त्यांच्या कर्तव्यांची आठवण करून देतील.

आजच्याप्रमाणे त्या वेळी अशी परिस्थिती नव्हती, की सर्वांना एका ठिकाणी बोलावून सांगावे. उलट, लोकांमध्ये मिसळून त्यांना समजावणे हा एकमेव पर्याय होता. म्हणून रामदासांनी देशाटन करण्याचा निर्णय घेतला. नगरांमध्ये, दारोदारी जाऊन अल्लख जागवण्याचा उद्देश ठरवून ते देशाटनाची तयारी करू लागले.

उद्धव लहानपणापासूनच आपल्या आईवडिलांबरोबर स्वामींना भेटायला येत होता. त्याच्या मनात आपल्या गुरूबद्दल अपार प्रेम व भक्तिभाव होता. गुरू हे

स्थान सोडून आता दुसरीकडे जाणार आहेत हे त्याला समजले तेव्हा त्याला खूप वाईट वाटले. गुरूंचे पाय धरून तो त्यांना न जाण्यासाठी विनवू लागला. रामदासांचे सगळे भक्त त्यांना भेटण्यासाठी टाकळीला येतात; मग त्यांना दुसरीकडे जाण्याची काय आवश्यकता आहे, असा त्याचा हट्ट सुरू होता.

रामदासांनी त्याला जवळ घेतले आणि विधर्मी लोकांनी देशाला कसे त्रस्त करून सोडले आहे, आत्मरक्षा करण्यासाठी लोकांना जागृत करणे कसे आवश्यक आहे, याविषयी समजावून सांगितले. जर ते लोकांना वेगवेगळ्या ठिकाणी जाऊन भेटले तरच हे शक्य होणार होते.

मठात स्थापन केलेल्या हनुमानाच्या मूर्तीकडे निर्देश करत समर्थ रामदास म्हणाले, ''हा खरा रामदास आहे. हाच तुला बळ, बुद्धी व प्रेरणा देईल. मी तुझ्याजवळ नसलो तरी हा तुला मार्गदर्शन करेल.''

गुरुवचन ऐकून उद्धव शांत झाला व त्यांना जाऊ देण्यास तयार झाला. जाण्यापूर्वी त्याने गुरूला वचन दिले, की तो आश्रमाला आपले तपस्थळ बनवेल. नंतर समर्थ रामदास देशाच्या जनतेचे सामर्थ्य जागवण्यासाठी तिथून बाहेर पडले.

जे वर्तमानस्थितीप्रति सचेत असतात, त्यांच्यात जागृती येते. जागृतीबरोबरच जे अव्यक्तिगत उद्दिष्ट समोर ठेवून पुढे जातात ते मोठे रूपांतरण घडण्यासाठी निमित्त ठरतात.

पुढें पाहतां सर्व ही कोंदलेंसे। अभाग्यास हें दृष्य पाषाण भासे।।
अभावें कदा पुण्य गांठीं पडेना। जुनें ठेवणें मीपणें आकळेना।।१३९।।

अर्थ : डोळे उघडून बघितले तर सगळीकडे भगवंतच दिसेल. परंतु अभागी लोकांना फक्त निर्जीव दगडच दिसतो. भगवंताच्या अस्तित्वाची जाणीव नसल्याने असा माणूस पुण्यसंचय करू शकत नाही. म्हणून, अहंकारामुळे त्याला शाश्वत ज्ञान जे आधीपासून सांगितले गेले आहे, ते प्राप्त होऊ शकत नाही.

तात्पर्य : आत्मज्ञान प्राप्त होते, स्वज्ञान होते तेव्हा द्वैतभाव संपून सगळीकडे ईश्वर दिसू लागतो. डोळे असून जो ईश्वराला पाहू शकत नाही, त्याला समर्थ रामदास अभागी म्हणतात. त्याला फक्त स्थूल गोष्टीच दिसतात. त्याच्या आत असलेली चेतना तो ओळखू शकत नाही. 'मी'पणाचा अहंकारच माणसाला अंध बनवतो. त्यामुळे माणूस हे अनमोल ज्ञान ग्रहण करू शकत नाही.

जगीं पाहतां साच तें काय आहे। अती आदरें सत्य शोधूनि पाहें।
पुढें पाहतां पाहतां देव जोडे। भ्रमें भ्रांति अज्ञान हें सर्व मोडे।।१४४।।

अर्थ : दुनियेतील सत्य काय आहे, याचा अंत:करणापासून शोध घ्या. हा शोध घेता-घेता ईश्वर प्राप्त होतो, त्याचबरोबर भ्रम, भ्रांती व अज्ञान दूर होते.

तात्पर्य : 'शोधल्यामुळे सापडतो; परंतु शोधणाऱ्याला सापडत नाही.' हे कोडं लक्षात आले तर ईश्वराला प्राप्त करणे सोपे आहे. शोधणारा ('मी' स्वत: वेगळे अस्तित्व मानणारा) संपून जातो तेव्हा ईश्वर (स्व-ज्ञान) प्रकट होतो. 'मी'पणाचा अहंकार, भ्रम नाहीसा होतो तेव्हा ईश्वर इतरत्र कोठेही नसून आपल्या अंतरंगातच आहे, सगळीकडे ईश्वरच आहे, हे सत्य प्रकट होते.

■■■

८

उत्तर भारतात व हिमालयात भ्रमण

कोणत्याही सोयीसुविधा नसताना, आपले परिचित स्थान सोडून देशाटनासाठी बाहेर पडणे हे रामदासांसाठी एक आव्हानच होते. रस्त्यात त्यांना अनेक अडचणींचा सामना करावा लागला.

त्या काळी दळणवळणाची साधने कमी होती. रानावनांतून, जंगलातून, दऱ्याखोऱ्यांतून पायी प्रवास करावा लागे. कधीकधी तर प्राणावरसुद्धा बेतण्याची शक्यता असे. परंतु रामाच्या या दासाला कशाचीही भीती वाटत नव्हती. त्यांचे रक्षण करण्यासाठी, त्यांना मार्ग दाखवण्यासाठी त्यांचा रघुवीर समर्थ होता. गाव-गल्ल्या, पर्वत-नद्या पार करत रामदासांची यात्रा सुरू होती.

सर्वात आधी ते काशीला गेले. जेव्हा ते काशीविश्वेश्वराच्या मंदिरात पोहोचले तेव्हा शिवाजीमहाराज अभिषेक करत होते. म्हणून त्यांना मंदिरात जाण्याची परवानगी नाकारली. प्रभूची इच्छा असे मानून त्यांनी शिवलिंगासमोर दरवाजातच लोटांगण घातले, तिथूनच नमस्कार करून ते परत फिरले.

दूरवरून यात्रा करत आलेल्या तेजस्वी योग्याला मंदिराच्या दरवाजातून दर्शन घेऊन परत फिरावे लागले, हे समजताच मंदिराच्या पुजाऱ्याला अपराध्यासारखे वाटले. त्यांनी रामदासस्वामींना पुन्हा मंदिरात बोलावले व त्यांची क्षमा मागून त्यांना मंदिराच्या गाभाऱ्यात दर्शनासाठी पाठवले.

काशीमध्ये त्यांनी काही काळ विद्वानांबरोबर घालवला व देशकल्याणाच्या विषयावर लोकांशी चर्चा केली. नंतर काशीहून निघून ते भगवान बुद्धाच्या नगरीत गयेला पोहोचले. तिथून प्रयागला जाऊन त्रिस्थळाची यात्रा पूर्ण केली.

त्यानंतर ते त्यांचे आराध्य दैवत प्रभू रामचंद्रांच्या जन्मस्थानी अयोध्येला गेले. जवळजवळ एक वर्ष ते तिथेच राहिले. तिथे असताना ते रामाच्या प्राचीन मंदिरात जाऊन ध्यानस्थ बसत व आपल्या आराध्य देवतेशी एकरूप होत.

यात्रेदरम्यान ते देवदर्शन व धार्मिक कार्याबरोबर आपले विचार व प्रवचन यांद्वारे जनजागृती करत होते. संन्यासी बनून, धर्मजागृतीचे निमित्त करून जनशक्ती एकत्रित करण्याच्या कामी त्यांना यश येत होते.

अयोध्येनंतर मथुरा, वृंदावन, गोकूळ, नंदग्राम इत्यादी ठिकाणी भ्रमण करत त्यांनी श्रीनाथाची नगरी द्वारकेला प्रस्थान केले. ते ज्या-ज्या ठिकाणी जात तिथे मठ व मंदिराची स्थापना करत व स्थानिक लोकांच्या स्वाधीन करून पुढे मार्गक्रमण करत होते. हा रामदासी संप्रदायाचा पाया पुढे दक्षिण भारतातही रचला गेला.

भारतातल्या कानाकोपऱ्यांत जाऊन जागृती करण्याच्या उद्देशाने ते पंजाबमधील अनेक प्रांतांत गेले व तिथून पुढे ते श्रीनगरला गेले. तिथे त्यांची भेट काही नानकपंथी साधूंशी झाली. साधूंनी समर्थ रामदासांविषयी बरेच ऐकले होते. ते इकडे आले आहेत, हे समजल्यावर आपल्या आध्यात्मिक जिज्ञासांचे निरसन करण्याच्या हेतूने त्यांनी त्यांच्या भेटीची इच्छा प्रकट केली.

भेटीदरम्यान समर्थ रामदासांनी साध्या व सोप्या भाषेत त्यांच्या प्रश्नांची उत्तरे दिली. त्यामुळे ते साधू खूप प्रभावित झाले. त्यांनी स्वामी रामदासांना काही काळ आपल्याबरोबर राहण्याचा आग्रह केला.

नानकपंथी साधूसुद्धा यवनांच्या अत्याचाराविरुद्ध लढत होते. त्यामुळे रामदासांना त्यांच्याबद्दल विशेष आस्था वाटली. गुरू नानकांचे योगबल अद्‌भुत होते. त्यांनी त्या जोरावर यवनांनासुद्धा 'राम-राम' असे म्हणायला लावले होते, असे समर्थ रामदासांना वाटत होते.

श्रीनगरमध्ये असताना त्यांनी आदिगुरू शंकराचार्यांच्या मंदिरात जाऊन दर्शन घेतले. तिथे त्यांची भेट शिखांचे सहावे धर्मगुरू गुरू हरगोविंदसिंहांशी झाली. त्यांच्याबरोबर ते अमृतसरला गेले व सुवर्णमंदिरात निवास केला. या दरम्यान त्यांनी सामाजिक स्थितीबाबत सखोल चर्चा केली.

गुरू हरगोविंदसिंह आपल्याबरोबर हजारो शस्त्रधारी सैनिक ठेवत होते, जेणेकरून यवनांच्या आक्रमणापासून समाजाचे रक्षण करता यावे. ते स्वत:जवळ दोन तलवारी ठेवत होते. एक धर्माचे रक्षण करण्यासाठी, तर दुसरी स्त्रियांच्या शीलरक्षणासाठी!

त्यांच्याबरोबर राहून समर्थ रामदाससुद्धा शस्त्र बाळगू लागले होते. कित्येक वर्षे दररोज सूर्यनमस्कार घातल्यामुळे त्यांचा देह वज्रासारखा कठीण झाला होता. आता हातात शस्त्रसुद्धा आले होते. त्यांच्याजवळचे शस्त्र कोणाच्या दृष्टीस पडत नसे. पण, वेळ आली तर सहजपणे ते वापरता येत होते.

या गुप्त शस्त्राला ते 'गुप्ती' म्हणत. बाह्यत: ती जप करताना हात सरळ ठेवण्यासाठी उपयोगात येणारी छडी होती, ज्याला ते कुबडी* म्हणत. जप करताना मनगटावर सूर्यनाडी व चंद्रनाडीवर योग्य दाब येण्यासाठी त्याचा उपयोग केला जाई. परंतु समर्थ रामदासांच्या कुबडीच्या आत एक छोटी धारदार तलवार लपवलेली होती. गरज भासताच एका क्षणात तिचा उपयोग केला जाऊ शकत होता.

कधीकधी या कुबडीत लेखनसाहित्यही असायचे. वनातून, पहाडांमधून जाताना एखादा श्लोक रचला गेला तर ते थांबून लगेच तो लिहून काढत.

सुवर्णमंदिरात दोन महिने राहिल्यानंतर गुरू गोविंदसिंह त्यांना राणी कर्णावतीकडे घेऊन गेले. समर्थ रामदासांबरोबर झालेल्या वार्तालापावरून त्यांच्या देशाटनाचा खरा उद्देश राणी कर्णावतीच्या लक्षात आला. या पुण्यकर्मामध्ये गढवालचे राज्य कंबर कसून तुमच्या पाठीशी उभे राहील, असे तिने रामदासांना आश्वासन दिले.

या भेटीच्या समारोपाच्या वेळी राणीने त्यांचा आशीर्वाद घेतला. समर्थ रामदासांनी पुण्यकार्यात सफलता मिळावी यासाठी तिला 'तथास्तु' असा आशीर्वाद दिला. पुढे तो खरा ठरला. मुघल कधी गढवालचे राज्य जिंकू शकले नाहीत.

नंतर रामदासस्वामी हिमालयातील पवित्र प्राकृतिक स्थळी गेले. हिमालयाच्या पवित्र आध्यात्मिक तरंगांनी त्यांना मोहित केले. तेथील प्राकृतिक सौंदर्य पाहून ते पवित्र स्थळ सोडून जाणे त्यांच्या जिवावर आले.

परंतु ज्यांचे उद्दिष्ट खूप महान असते ते अशा प्रलोभनांना बळी पडत नाही. हिमालयात राहून आध्यात्मिक साधनेद्वारे मोक्ष प्राप्त करण्याचा विचार त्यांना

---

* आत तलवार असलेली कुबडी. आजही सज्जनगडावर बघायला मिळते.

स्वार्थीपणाचा वाटला. कारण त्यांच्या नजरेसमोर एकच अव्यक्तिगत उद्दिष्ट होते. ते म्हणजे, धर्मजागृती व जनजागृतीद्वारे देशकल्याण!

हिमालयाच्या कुशीत वसलेल्या बद्रिनाथ व केदारनाथ येथेसुद्धा त्यांनी मठाची स्थापना केली. हिमालयाला नमस्कार करून, त्या ठिकाणचा मोह दूर सारून ते हिमालयाच्या पायथ्याशी असलेल्या हरिद्वार व ऋषिकेश येथे गेले.

उद्दिष्ट दमदार असेल व त्याच्यावर प्रेम असेल तर
अवघड वाटणारा मार्गदेखील सोपा वाटू लागतो.
जे अव्यक्तिगत उद्दिष्ट समोर ठेवून मार्गक्रमण करतात,
त्यांना निसर्गसुद्धा मदत करतो.

दिसे लोचनीं तें नसे कल्पकोडी। अकस्मात आकारलें काळ मोडी।।
पुढें सर्व जाईल कांही न राहे। मना संत आनंत शोधूनि पाहें।।१४६।।

अर्थ : डोळ्यांना जे दिसते ते चिरंतन नाही, अस्थायी आहे. जे आकाररूपात आहे ते कालानुरूप नष्ट होते. कोणीही यातून वाचू शकत नाही. म्हणून हे मना, जो शाश्वत आहे, अनंत आहे (ज्याचा कधीही अंत होत नाही) त्याचा तू शोध घे!

तात्पर्य : माणसाचे शरीर अस्थायी आहे, जे काळानुसार नष्ट होते. हे शरीर जिवंत असताना सत्याचा शोध घेणे, आत्मज्ञानाद्वारे स्थितप्रज्ञ अवस्थेपर्यंत पोहोचणे हा या शरीराचा सर्वोत्तम उपयोग आहे. यासाठीच मनुष्यजन्म मिळाला आहे. ईश्वराचा शोध घेण्याची शक्यता फक्त माणसामध्येच आहे. म्हणून समर्थ रामदास मनाला सत्याचा, अनंत व शाश्वत अशा सत्याचा शोध घ्यायला सांगत आहेत.

फुटेना तुटेना चळेना ढळेना। सदा संचलें मीपणें तें कळेना।।
तया एकरूपासि दूजें न साहे। मना संत आनंत शोधूनि पाहे।।१४७।।

अर्थ : जे शाश्वत सत्य आहे ते तुटतफुटत नाही. ते ढळत नाही किंवा विचलित होत नाही. जो शाश्वताशी एकरूप होतो, त्याचा द्वैतभाव समाप्त होतो. म्हणून हे मना, तू अनंताचा शोध घे!

तात्पर्य : सत्य (ईश्वर) निराकार आहे. सत्य शाश्वत आहे. निराकार कधी तोडता येत नाही, ते ढळत नाही, ते स्थिर आहे म्हणून कधी विचलित होत नाही. ज्याने अनुभवाने सत्य जाणले त्याच्या लक्षात येते, की त्याच्याशिवाय काहीच नाही तेव्हा तो द्वैतभावातून मुक्त होतो. म्हणून समर्थ रामदास मनाला सत्याचा शोध घेण्याचा उपदेश करतात.

■■■

१

सशक्त सैनिकीकरणाची सुरुवात

दूरवर पायी यात्रा करूनही रामदासांच्या साहसात व उत्साहात कमतरता नव्हती. शरीरावर थकल्याचे नामोनिशाणदेखील नव्हते. प्रभू रामचंद्रांच्या कृपेने जेवढे ते अग्रेसर होत होते तेवढे त्यांचे मनोबल सशक्त होत होते.

उत्तर भारताची यात्रा संपल्यावर ते पूर्वेकडे वळले. जगन्नाथपुरीला जेव्हा त्यांनी भगवान जगन्नाथाच्या रथयात्रेचे मनोरम दृश्य पाहिले तेव्हा आपणही श्रीरामप्रभूला पालखीत बसवून शोभायात्रा काढावी, असे विचार त्यांच्या मनात येऊ लागले.

जगन्नाथपुरीला त्यांची भेट एका ब्राह्मणाशी झाली. तो रामदासांवर खूप प्रभावित झाला व त्याने रामदासी पंथाची दीक्षा घेतली. तिथेसुद्धा रामदासांनी मठाची स्थापना केली व आपल्या कार्यशैलीला अनुसरून त्या मठाची जबाबदारी त्या ब्राह्मणावर सोपवून ते पुढे निघाले.

समुद्रकिनाऱ्यावरून प्रवास करत ते दक्षिणेला रामेश्वरला पोहोचले. स्वत: प्रभू श्रीरामांनी आपल्या हाताने स्थापन केलेल्या शिवलिंगाच्या दर्शनाने ते धन्य झाले. या शिवलिंगाची पूजा करून नंतर रामसेतू बांधण्यास सुरुवात झाली होती.

आपल्या प्रभूच्या पदचिन्हांवर चालणे हा त्यांच्यासाठी मोठा रोमांचकारी अनुभव होता. रामेश्वरकडून ते श्रीलंकेला गेले. रामायणामध्ये ज्या-ज्या ठिकाणांचे वर्णन केले आहे त्या-त्या सर्व ठिकाणी जाऊन त्यांनी दर्शन घेतले. परत येताना रस्त्यात ते तिरुपती बालाजी देवस्थान व महाबळेश्वर येथे गेले. तेथून कोल्हापूरला येऊन महालक्ष्मीचे दर्शन घेऊन ते कृतार्थ झाले.

कोकण प्रांतातील चिपळूण येथे जाऊन त्यांनी भगवान परशुरामाचे दर्शन घेतले. त्यांच्या चरित्रावरून रामदासांना नेहमी प्रेरणा मिळत असे. कारण भगवान परशुराम महान तपस्वी असूनही त्यांनी जुलूम करणाऱ्या दुष्ट लोकांविरुद्ध शस्त्र उचलले होते. नुसतेच शस्त्र उचलले नाही; तर कित्येकदा त्यांचा विनाशसुद्धा केला होता. समर्थ रामदासांना वाटत होते, की मुघलांच्या विरोधात शस्त्र हाती धरायलाच पाहिजे, अशी भगवान परशुरामांचीही इच्छा आहे. मुघलांच्या अत्याचारापासून समस्त जनतेची मुक्ती होणे आवश्यकच होते.

हा उद्देश पूर्ण होण्याच्या हेतूने ते जिथे जात तिथे एखाद्याला रामदासी संप्रदायाची दीक्षा देत होते. मठाची स्थापना करून त्याचे उत्तरदायित्व त्याच्यावर सोपवून ते पुढे जात होते. असे करण्याने समाजामध्ये एक संघटित शक्ती निर्माण होत होती. पुन्हा परत त्या ठिकाणी जाऊ की नाही, हे त्यांना माहीत नव्हते. परंतु या मठांच्या माध्यमातून समाजजागृती व सेवेचे कार्य आकार घेत होते.

देशभरात जवळजवळ ११०० मठांची त्यांनी स्थापना केली, असे मानले जाते. त्या काळची सामाजिक परिस्थिती पाहता, हे अशक्य वाटणारेच कार्य होते. परंतु श्रीरामप्रभूंची भक्ती, दृढ इच्छाशक्ती व संकल्प यांच्या बळावर समर्थ रामदासांनी हे कार्य करून दाखवले.

एखाद्या अव्यक्तिगत उद्दिष्टाने प्रेरित होऊन जेव्हा एखादे कार्य केले जाते तेव्हा दैवी शक्तीसुद्धा तो संकल्प पूर्ण करण्यास मदत करतात. समर्थ रामदासांना हाच अनुभव येत होता.

त्यांनी विशेषकरून महाराष्ट्रात अनेक मठांची स्थापना केली. एखाद्या योग्य व्यक्तीला मठाधिपती बनवून ते पुढे मार्गक्रमण करत होते. हे करत असताना सामाजिक प्रथांच्या विरोधात जाऊन त्यांनी त्यांच्याद्वारे दीक्षित झालेल्या अनेक विधवांनासुद्धा मठाधिपती केले. काही मुसलमान लोकसुद्धा त्यांचे भक्त होते. त्यांच्या कबरी आजही सज्जनगडला आहेत.

देशाची राजनैतिक व सामाजिक परिस्थिती जाणून घेणे हा देशाटनाचा मुख्य हेतू होता. तो रामदासांनी यशस्वीपणे पूर्ण केला. या यात्रेमध्ये त्यांनी प्रवचनांच्या माध्यमातून, कथेद्वारे लोकांना आपल्या कर्तव्याप्रति जागृत केले. त्याचबरोबर अनेक साधुसंतांशी वार्तालाप करून आपले ज्ञानभांडार समृद्ध केले. अनेक ग्रंथांची रचना करून ते ज्ञानभांडार समाजासाठी खुले केले. या ग्रंथांमध्ये त्यांनी व्यावहारिक गोष्टींचे ज्ञान दिले आहे तसेच प्राकृतिक सौंदर्याचेही वर्णन केले आहे.

जवळजवळ बारा वर्षे देशाटन केल्यानंतर पुन्हा समर्थ रामदास पंचवटीला आले. प्रभू रामचंद्राला साष्टांग दंडवत घालून ते म्हणाले, 'हे प्रभू, तुमच्या कृपेमुळे देशभरातील संतांशी वार्तालाप झाला. कित्येक तीर्थस्थानांवर स्नान घडले, देवी-देवतांचे दर्शन घडले. आज मी माझे सारे पुण्य तुमच्या चरणांवर अर्पण (तपर्पण*) करतो. तुम्ही दिलेले तुम्हांलाच अर्पण करतो. माझे उद्दिष्ट पूर्ण व्हावे यासाठी मी काय करायला हवे, याचे मार्गदर्शन तुम्हीच केले आहे. यापुढेसुद्धा तुम्ही माझ्याबरोबर असाल यावर माझा पूर्ण विश्वास आहे.'

त्यांचे जनजागृतीचे हे कार्य निरंतरतेने चालू राहिले. त्यांनी देशाटनाच्या कालावधीत रामभक्तीबरोबर हनुमानशक्तीचाही प्रसार केला. त्या काळी देशभक्ती, जनजागृती, धर्मजागृती या सर्व गोष्टी करणे म्हणजे स्वत:साठी मुघलांचे संकट आमंत्रित करण्याप्रमाणे होते. परंतु मोठ्या चातुर्याने आपल्या प्रवचनांद्वारे त्यांनी हे कार्य पार पाडले.

समर्थ रामदास फक्त एक संन्यासी नव्हते; तर ते एक नीतिज्ञही होते. आपल्या प्रवचनाने ते धर्मभक्तांना आकर्षित करत होते व कीर्तनांच्या माध्यमातून स्वत:च्या कर्तव्यांप्रति सचेत करत होते.

मठ व हनुमानमंदिरे स्थापन करण्याबरोबर त्यांनी मल्लविद्येचे शिक्षण घेण्यासाठी आखाडेही निर्माण केले. त्या परिस्थितीत लोकांना शारीरिक कसरतींद्वारे कणखर बनवणे खूप आवश्यक होते. मुघलांचा प्रतिकार करण्यासाठी एक सशक्त सेना उभी करणे गरजेचे होते. मुघलांच्या विरोधात महाराष्ट्रात सैनिकीकरण करण्याची ही सुरुवात होती.

अहंकाररहित भक्तीमध्ये समर्पण सोपे असते.
समर्पित भक्त ईश्वराच्या सर्वात जास्त निकट असतो.
त्याच्याद्वारे ईश्वर आपले कार्य पूर्ण करून घेतो.

---

*तपर्पण : ज्यांच्या आज्ञेमुळे तप घडले, त्यांना तप अर्पण करून त्यांना तपाचे श्रेय देणे. ही भावना जागणे भक्ताच्या निरागस व समर्पित भक्तीचे लक्षण आहे.

निराकार आधार ब्रह्मादिकांचा। जया सांगतां सीणली वेदवाचा।
विवेकें तदाकार होऊनि राहें। मना संत आनंत शोधूनि पाहें।।१४८।।

अर्थ : परमतत्त्व निराकार आहे; परंतु ब्रह्मादी देवतांचा तोच आधार आहे. त्याचे वर्णन करण्यासाठी वेदही अपुरे पडतात. म्हणून हे मना, तू विवेक ठेवून त्या निराकाराबरोबर एकाकार (त्याच्याच आकारात समाविष्ट झालेला) हो! त्या शाश्वत परमतत्त्वाचा शोध घे!

तात्पर्य : ज्यापासून ब्रह्मांडाची निर्मिती झाली ते परमतत्त्व आहे. तेच शाश्वत सत्य आहे. सारे देव-देवता, सारी सृष्टी त्या निराकारापासून उत्पन्न झाली आहे. त्याला जाणणे, त्याच्याशी एकरूप होणे म्हणजेच मोक्ष आहे. परंतु मन आकारात गुरफटते. वास्तविक, ते त्या निराकाराचाच भाग आहे. म्हणून समर्थ रामदास मनाला विवेक ठेवून (आकारापासून लक्ष दूर करून) निराकार शाश्वत तत्त्वाचा शोध घेण्याचा उपदेश करतात; जेणेकरून हे मन मोक्षाच्या यात्रेत अडथळा बनू नये.

जगीं पाहतां चर्मचक्षी न लक्षे। जगीं पाहतां ज्ञानचक्षीं न रक्षे।।
जगीं पाहतां पाहणें जात आहे। मना संत आनंत शोधूनि पाहें।।१४९।।

अर्थ : परमतत्त्व चर्मचक्षूंनी (शारीरिक डोळे) दिसत नाही. ज्ञानचक्षूंद्वारे त्याला पाहता येते. ज्ञानचक्षूंनी ते दिसू लागताच बघणे समाप्त होते. हे मना, त्या अनंत परमतत्त्वाचा शोध घे!

तात्पर्य : सत्य ज्ञानचक्षूंनी (आंतरिक डोळे) बघता येते. बाह्य डोळ्यांचे दृश्यांत अडकणे बंद होते तेव्हा आंतरिक चक्षू उघडू लागतात. आंतरिक चक्षूंद्वारे ईश्वराचे दर्शन होते तेव्हा बघणारा (दृष्टा), दृश्य व दर्शन (बघण्याची क्रिया) तिन्ही एकत्र होऊन अद्वैतावस्था प्रकट होते. तिथे बघणारा (मी) विलीन होतो. ही समाधीची परमोच्च अवस्था आहे. म्हणून समर्थ रामदास मनाला त्या परमतत्त्वाचा (ईश्वर) शोध घेण्याचा उपदेश करतात.

■■■

खंड ४
देशाटनानंतरचे कार्य

१०

समर्थ रामदासांचे व्यक्तित्व

भक्ती, ज्ञान व वैराग्य यांनी ओतप्रोत असलेला, मध्यम उंची; परंतु भक्कम बांधा, गोरा रंग, तेजस्वी कांती, विस्तीर्ण माथा असे समर्थ रामदासांचे रूप होते. भगव्या रंगाचे वस्त्र (कफनी), पायात खडावा, लांब दाढीमिश्या, डोक्यावर जटा, गळ्यात रुद्राक्षांची माळ, गळ्यात जानवे, हातात कुबडी (योगदंड) आणि काखेला झोळी अशी मूर्ती पाहून लोकांना रामदासांची भुरळ पडे. त्यांना पाहून लोक मोहित होत असत.

रामदास कणखर होते. त्यांच्या चालण्यात गती होती. ते एका जागी जास्त वेळ थांबत नसत. एका ठिकाणी स्नान-संध्या करायचे तर दुसऱ्या ठिकाणी भोजन! विश्रांतीसाठी तिसऱ्या ठिकाणी जायचे.

ते शिस्तप्रिय व मृदुभाषी होते. त्यांची लोकांची पारख चांगली होती. ते स्वत: चपळ असल्याने आळशी लोक त्यांना आवडत नसत. ते त्यांना करंटा (दुर्भागी/अभागी) असे संबोधत. मराठी, हिंदी, संस्कृत व उर्दू भाषेवर त्यांचे प्रभुत्व होते.

त्यांनी जे मठ स्थापन केले होते त्यांच्या मठाधिपतींबरोबर गुप्त योजना तयार करण्यासाठी त्यांच्या गुप्त बैठकी होत होत्या. अशा भेटींसाठी त्यांनी गुहा, बोगदे, खंदक शोधून ठेवले होते.

बऱ्याच संताचे गुरू, मनुष्य रूपातील म्हणजे जिवंत गुरू होते. परंतु रामदासांचे गुरू मानवी रूपातील नव्हते, ते स्वयंप्रज्ञ होते. समाजाप्रति असलेले

वात्सल्य व करुणा हीच त्यांच्या कार्याची प्रेरणा होती. धर्मसंस्थापनेचे उद्दिष्ट त्यांच्या नजरेसमोर होते.

परिवाराला भेटण्याचा संदेश

समर्थ रामदासांचे कीर्तन ऐकण्यासाठी लांबून लोक येत होते. एके दिवशी ते पैठणमध्ये कीर्तन करत होते. तिथे एक श्रोता जामगावहून (नारायणाचे जन्मस्थान) आला होता.

आपल्या गावात लहानाचा मोठा झालेल्या, खोडकर नारायणाला त्या श्रोत्याने माथ्यावर असलेल्या उंचवट्यावरून लगेच ओळखले. नारायणाचे हे मनमोहक रूप पाहून त्याला खूप आनंद झाला. खूप वर्षांनी नारायणला पाहून त्याच्या डोळ्यांतून अश्रू वाहू लागले. त्यांना भेटण्याच्या तीव्र ओढीमुळे कीर्तन संपण्याची वाट पाहणेसुद्धा त्याच्यासाठी कठीण झाले होते.

कीर्तन संपताच तो लगबगीने समर्थ रामदासांजवळ गेला व म्हणाला, ''महाराज! तुमच्या उपदेशांमुळे मन शांत झाले. पण मनात एक जिज्ञासा निर्माण झाली आहे. तुम्ही तिचे निरसन कराल का?''

महाराज म्हणाले, ''बोल, काय विचारायचे आहे?''

''तुम्ही जामगावच्या सूर्याजीपंतांचे पुत्र नारायण आहात का?'' श्रोत्याने मोठ्या निरागसतेने विचारले.

प्रश्न ऐकून समर्थ रामदासांना आश्चर्य वाटले. ज्या नावाचा त्यांनी त्याग केला होता, स्वतःची जी ओळख अनेक वर्षांपूर्वी पुसून टाकली होती, ज्या पूर्वाश्रमीच्या रूपाला तिलांजली दिली होती, तेच रूप अचानक व अनपेक्षितपणे समोर ठाकले होते.

त्यांनी त्या श्रोत्याजवळ ते नारायण असल्याचे कबूल केले. ''माझा अंदाज खरा ठरला. मी बरोबर ओळखले.'' श्रोता भावपूर्णतेने म्हणाला.

समर्थांनी विचारले, ''तिकडे सर्व व्यवस्थित आहे ना?''

''सर्व ठीक आहे. तुमचे वडीलबंधू श्रेष्ठ विद्वान झाले आहेत. त्यांना दोन मुले आहेत– रामजी व श्यामजी.'' त्या माणसाने सर्व माहिती सांगितली.

समर्थ रामदासांच्या मनात काळाच्या ओघात धूसर झालेल्या आपल्या परिवाराविषयीच्या आठवणी पुन्हा ताज्या झाल्या. आईच्या आठवणीने त्यांचे अंतःकरण भरून आले. 'आई' हा शब्द व नाते लहानपणापासून त्यांचे आश्रयस्थान

होता. परंतु आपले उद्दिष्ट साध्य करण्यासाठी सर्व मोहांचा त्याग करून त्यांनी हे नातेसुद्धा नजरेआड केले होते. आज इतक्या वर्षांनंतर त्यांना आईची आठवण झाली.

त्या माणसाने सांगितले, "तुमची आई डोळ्यांत प्राण आणून तुमची वाट पाहत दरवाजाजवळ बसते. तिला वाटते, एक दिवस तिचा नारायण पुन्हा परत येईल. डोळ्यांची दृष्टी गेली तरी मनात अजून आशा जिवंत आहे. तुम्हांला भेटण्याची ओढ अजून शमली नाही. तुम्ही तिला भेटलात तर तिच्या आयुष्याची पुढील वर्षं समाधानात जातील."

समर्थ रामदासांनी आपले सर्व जीवन जनकल्याणासाठी अर्पण केले होते. त्यासाठी आपल्या परिवाराला त्यांनी जो मानसिक त्रास दिला होता त्याबद्दल त्यांना अपराधी वाटू लागले. आता ते लहानपणी घर सोडून पळून जाणारे नारायण नव्हते तर एक परिपक्व समाज-उद्धारक झाले होते. एका संन्याशाच्या मर्यादांचे उल्लंघन करायचे, का एका आईच्या पुत्रवियोगाचे दु:ख शांत करायचे, अशा द्विधा स्थितीत त्यांचे मन अडकले.

मनात जागा झालेला अपराधी भाव शांत करण्यासाठी व आईच्या समाधानासाठी परिवाराला भेटायला जाणे त्यांना आवश्यक वाटले. एका क्षणात त्यांनी निर्णय दिला, की ते परिवाराला भेटण्यासाठी अवश्य येतील. शेवटी त्यांचे गावसुद्धा देशाचाच एक भाग होता, ज्या देशासाठी त्यांनी स्वत:ला समर्पित केले होते. जिथे त्यांना आपल्या जीवनाचे उद्दिष्ट मिळाले होते, तिथेसुद्धा जनजागृतीची आवश्यकता होतीच.

बाह्यसौंदर्य हा अतिरिक्त लाभ (बोनस) आहे. आंतरिक सौंदर्य जीवनाला शुद्ध बनवून, इतरांचे जीवनसुद्धा सुंदर बनवते.

नसे पीत ना श्वेत ना श्याम कांहीं। नसे वेक्त आवेक्त ना नीळ नाहीं।
म्हणे दास विश्वासतां मुक्ति लाहें। मना संत आनंत शोधूनि पाहें।।१५०।।

अर्थ : परमसत्य ना पिवळे आहे, ना निळे, ना श्वेत, ना काळे आहे. ते व्यक्तही नाही व अव्यक्तही नाही. विश्वासाने त्याचा शोध घ्याल तर त्याचे दर्शन होईल, जे मुक्ती प्रदान करेल. म्हणून हे मना, तू त्या शाश्वत परमसत्याचा शोध घे!

तात्पर्य : सत्य निराकार आहे. ते अव्यक्त असूनही प्रत्येक ठिकाणी व्यक्त होते. त्याच्यापासून सर्व रंग निर्माण होतात. ते स्वतः नारंगी (रंगहीन) आहे. गुरुवचनांवर विश्वास ठेवून जो सत्याचा शोध घेतो, त्याला ते प्राप्त होते. परमसत्य प्राप्त करणे हीच मुक्ती आहे. म्हणून समर्थ रामदास मनाला त्याचा शोध घेण्याचा उपदेश करतात.

नव्हे पिंडज्ञानें नव्हे तत्त्वज्ञानें। समाधान कांहीं नव्हे तानमानें।
नव्हे योगयागें नव्हे भोगत्यागें। समाधान तें सज्जनाचेनि योगें।।१५३।।

अर्थ : ना शरीराच्या ज्ञानामुळे, ना तत्त्वज्ञानामुळे, ना संगीतादि कलांमुळे, ना योगाभ्यासामुळे, ना यज्ञ-यागामुळे व ना भोग-त्यागाने समाधान मिळते. फक्त संतांच्या संगतीमुळे समाधान मिळते.

तात्पर्य : संताच्या संगतीत मन निर्मळ होते व मनाचे विकार निघून जातात. त्यांच्या संगतीमुळे आत्मदर्शन होते. म्हणून समर्थ रामदास संतसंगतीचा महिमा सांगताना म्हणतात, वेगवेगळ्या साधनांनी जे सुख मिळत नाही ते सुखसमाधान संतसंगतीमुळे मिळते.

■■■

११

परिवाराशी पुनर्भेट

काही दिवसांतच रामदास जामगावला गेले. गावात प्रवेश करताच लहानपणीच्या आठवणी ताज्या झाल्या. जणू काही काल-परवाच त्या घटना घडल्या आहेत. मारुती मंदिर– जिथे ते आपल्या आईबरोबर जात होते... झाडावर चढून बाललीला करत होते... इथेच प्रभू रामचंद्रांनी त्यांना नाममंत्र दिला होता, ते मंदिर आजही तसेच होते.

सर्वात आधी मारुतीरायाचे दर्शन घेऊन ते घराच्या दिशेने निघाले. सूर्योदय होण्यास अजून वेळ होता. लोक हळूहळू झोपेतून जागे होत होते. गावातून जात असताना या सुंदर, तेजस्वी संन्याशाकडे लोक कुतूहलाने पाहत होते. समर्थ रामदास भरभर चालत आपल्या घराकडे निघाले होते.

मनात विचारांचे तुफान उठले होते. अनेक वर्षांपूर्वी एक अबोध बालक ईश्वरदर्शनाची तीव्र इच्छा मनात धरून घराचा, परिवाराचा त्याग करून गेला होता तो आज एक तपस्वी बनून घरी परतत होता. असा तपस्वी जो एका ध्येयाने प्रेरित झाला होता. ध्येय पूर्ण करण्यासाठी संपूर्ण संसारच त्याचा घर-परिवार होता.

चार भिंतीत राहून गृहस्थाश्रमी होणे हा त्याच्या जीवनाचा उद्देश नव्हता, हे तो तपस्वी जाणून होता. आज मात्र परिवार व विशेषत: आई यांशिवाय त्यांच्या नजरेसमोर काहीही नव्हते.

चालता-चालता त्यांची पावले त्यांच्या घरापाशी येऊन थांबली. सकाळची वेळ होती. अजून दारात रांगोळीही काढली नव्हती. चूल पेटायला अजून बराच अवधी होता. तरी त्यांनी झोळी पसरून जोराने आवाज दिला, 'ओम् भवती भिक्षां देहि!'

'इतक्या सकाळी भिक्षा मागायला कोण आलंय?' गंगाधरच्या पत्नीला आश्चर्य वाटले. परंतु दाराशी आलेला साधू-संन्यासी देवासमान असतो. त्यांना रिकाम्या हाती पाठवू नये, असा विचार करून पार्वती धान्य आणण्यासाठी कोठीघरात गेली.

''आई, भिक्षान् देहि!'' समर्थ रामदासांनी पुन्हा आवाज दिला. हे ऐकून राणूबाईचे डोळे चमकले. ''अग पार्वती, बाहेर बघ, माझा नारायण परत आला आहे.''

काही दिवसांपासून राणूबाईची अशीच अवस्था होती. नजर अंधूक झाली होती. पुत्रवियोगाच्या दु:खाने जणू तिची सारी शक्ती निघून गेली होती. कोणाच्याही चाहुलीने तिला वाटे, की तिचा नारायण आला आहे. हीच तिची इच्छा राहिली होती.

''पार्वती, ऐकलंस का? माझा नारायण आला आहे. दरवाजा उघड!'' राणूबाईने आवाज दिला व स्वत: उठून धडपडत दार उघडायला गेली. आता समर्थ रामदासांनाही दरवाजाबाहेर वाट पाहणे कठीण झाले होते. खुद्द त्यांची आई समोरून येताना दिसत होती.

''नारायण! आलास तू? इतकी वर्षे आम्हांला सोडून कुठे गेला होतास?'' त्यांची आई चाचपडत विचारत होती. समर्थ रामदासांनी आईचा हात हातात घेतला व म्हणाले, ''हो, आई! तुझा नारायण तुला भेटण्यासाठी आला आहे.''

पार्वती धान्य घेऊन बाहेर आली. तिनेसुद्धा आपल्या दिराला, नारायणला ओळखले. समर्थ रामदासांचे हे रूप पाहून ती विस्मयचकित झाली. आपल्या सासूचा पुत्रवियोग संपला, या विचाराने ती आनंदित झाली.

राणूबाईला आपल्या आनंदापुढे आकाश ठेंगणे वाटू लागले. आनंदाश्रूंनी ती इतक्या वर्षांनी आलेल्या आपल्या मुलाला प्रेमाने न्हाऊ घालत होती. छोट्या नारायणच्या सुकुमार देहात कालानुरूप किती बदल घडला होता. अंत:करणाच्या चक्षूंनी आईला याची अनुभूती होत होती.

रामदासांनी पुढे येऊन आईला नमस्कार केला. तेवढ्यात गंगाधरही स्नान आटोपून आला होता. ''आलास का, नारायणा! किती वाट पाहायला लावलीस?'' येता-येता ते म्हणाले.

पार्वतीने आश्चर्याने विचारले, '' ते येणार आहेत हे तुम्हांला माहीत होते का!''

"सर्व भगवतीची कृपा आहे. मला नारायणाबद्दलच्या संपूर्ण बातम्या समजत होत्या. नारायणने भारतभ्रमण केले, तो टाकळीत पंचवटीत असल्याची माहिती होती. आपला नारायण आता 'समर्थ रामदास' म्हणून ओळखला जातो. किती अभिमानास्पद गोष्ट आहे ही!" गंगाधरपंत उत्तरले.

इतकी वर्षे दूर राहूनही एका अदृश्य बंधनाने दोघे भाऊ बांधलेले होते. लहानपणापासून गंगाधरपंतांना नारायणाची आकांक्षा माहीत होती. त्यात विघ्न आणणे त्यांना उचित वाटत नव्हते. ते कुठे आहेत, हे समजले असते तर आईने त्यांना भेटण्याचा हट्ट धरला असता. त्यांना पुन्हा घरी येण्यासाठी तिने तगादा लावला असता. म्हणून त्यांनी हे रहस्य कधीच घरात सांगितले नव्हते.

त्यांच्या बाबतीतील प्रत्येक गोष्ट गंगाधरपंतांना ठाऊक होती, हे समजल्यावर रामदासांनाही आश्चर्य वाटले. विश्वकल्याणासाठी आपले जीवन पणाला लावत असताना, गृहस्थी, परिवार, मातृमोह यांपासून आपल्याला वाचवल्याबद्दल समर्थ रामदासांनी आपल्या मोठ्या भावाला मनातल्या मनात धन्यवाद दिले व रघुवीराला मनापासून नमस्कार केला.

आईचा हात हातात घेतलेल्या नारायणासहित सर्व जण घरात आले. आतापर्यंत रामजी व श्यामजी झोपेतून उठले होते. डोळे उघडताच घरात पाहुणे आल्याचे पाहून त्यांना खूप आनंद झाला. जेव्हा त्यांना समजले, की हा सुंदर दिसणारा पाहुणा त्यांचा नारायणकाका आहे, तेव्हा त्यांचा आनंद द्विगुणित झाला.

मोह-ममता संसारी असल्याचे लक्षण आहे,
मोहत्याग संन्याशाचे कर्तव्य आहे.
व्यक्तिगत मोह-ममतेचा त्याग करून,
विश्वाची जबाबदारी पेलणे हे महापुरुषाचे तेजकर्म आहे.

महांवाक्य तत्वादिकें पंचीकर्णे। खुणें पाविजे संतसंगे विवर्णे।
द्वितीयेसि संकेत जो दाविजेतो। तया सांडुनी चंद्रमा भाविजेतो।।१५४।।

अर्थ : महावाक्य, तत्त्वज्ञान, पंचीकर्ण इत्यादींद्वारे संत-महात्म्यांनी परमसत्याकडे निर्देश केला आहे. द्वितीयेचा चंद्र ज्याप्रमाणे संकेतांवरून ओळखला

जातो, त्याप्रमाणे संत-महात्म्यांनीदेखील त्या परब्रह्माचे संकेत दिले आहेत. जो हे संकेत ओळखू शकतो त्याला परमब्रह्मप्राप्ती होते.

तात्पर्य : द्वितीयेचा चंद्र* आकाशात असूनही सहजपणे दिसून येत नाही, त्याप्रमाणे संसाराच्या कोलाहलात व्यस्त असलेल्या माणसाला समोर असूनही परमसत्य दिसत नाही. आपल्या पूर्वजांनी त्याच्या अस्तित्वाचे काही संकेत सांगून आपल्याला आधीच मार्गदर्शन केले आहे. अहम् ब्रह्मास्मि, सोहम्, परमात्मा, ब्रह्म, त्वमेव तत्वमसि इत्यादी संकेत जो समजू शकतो, त्याला प्रपंचात राहूनही त्या परमसत्याची अनुभूती होते.

दिसेना जनीं तेंचि शोधूनि पाहें। बरें पाहतां गूज तेथें चि आहे।
करीं घेउं जातां कदा आडळेना। जनीं सर्व कोंदाटलें ते कळेना।।१५५।।

अर्थ : जो दिसत नाही त्याचा शोध घ्या. खरे रहस्य तिथेच आहे. त्याला स्पर्श करू शकत नाही, तो पकडता येत नाही. संपूर्ण विश्व त्यानेच व्यापलेले आहे, हे लक्षात येत नाही.

तात्पर्य : चराचरांत सत्य व्यापून राहिले आहे. परंतु ते (मायेच्या ग्लानीमुळे) डोळ्यांना दिसत नाही. ते सगळीकडे आहे हेच त्याचे मोठे रहस्य आहे. परंतु जो विशुद्ध मनाने त्याचा शोध घेतो त्यालाच हे रहस्य समजतं.

---

* द्वितीयेचा चंद्र : अमावस्येनंतर येणारा दुसरा दिवस. या दिवशी चंद्राचा अगदी लहान भाग दृष्टीस पडतो.

१२

जामगावात जनजागृती

घरी परत आल्यानंतर रामदासांनी जडीबुटींपासून बनवलेले औषध आईच्या डोळ्यांत टाकायला सुरुवात केली. हे करत असताना रामाला प्रार्थना करणे ते कधी विसरत नव्हते. त्यांची कोणतीही प्रार्थना रामप्रभूने ऐकली नाही, असे कधी झाले नाही. काही दिवसांतच आईच्या दृष्टीत फरक पडू लागला. आपला मुलगा, परिवार, तिला स्वच्छ दिसू लागला.

राणूबाईचा मुलगा चमत्कार करणारा साधू होऊन परत आला असून आपल्या आईचा दृष्टिदोष त्याने चमत्कार करून दूर केला आहे, ही बातमी वाऱ्यासारखी दूरवर पोहोचली. हे ऐकून लोकांच्या मनात कुतूहल जागे झाले. पण त्यांच्या मनात रामदासांनी प्राप्त केलेल्या सिद्धीबद्दल भीतीही होती. म्हणून त्यांना बघायला येऊनही ते त्यांच्यापासून लांब उभे राहत.

समर्थ रामदासांचे जनजागृतीचे कार्य इथेही सुरूच होते. त्यांनी त्यांचे काही बालमित्र शोधून काढले. त्यांच्याशी बोलताना मित्रांना सहजपणा वाटावा व ते कोणतेही चमत्कारिक साधुपुरुष नाहीत याची खात्री पटावी, हे समजावे हा त्यामागचा हेतू होता. आपल्या जीवनशैलीत योग्य तो बदल करून कोणीही असे चमत्कार घडवू शकतो. त्यासाठी अनुशासित जीवन व आत्मशुद्धी याची आवश्यकता आहे.

- चित्त शुद्ध असेल तर कोणतेही शारीरिक अथवा मानसिक रोग तुमच्या आसपास फिरकत नाहीत.

- सूर्योदयापूर्वी उठणे, सूर्योदय समयी व्यायाम करणे व सात्त्विक भोजन घेणे हे शारीरिक स्वास्थ्याचे रहस्य आहे.
- आळस हा माणसाच्या शारीरिक व मानसिक स्वास्थ्याचा शत्रू आहे.
- जेवढे भोजन घ्याल त्यानुसार शारीरिक परिश्रमसुद्धा करा, म्हणजे अन्नाचे पचनसुद्धा चांगले होईल.
- सकाळी व सायंकाळी फिरण्याचा व्यायाम करा.
- शरीराबरोबर मनही निरोगी ठेवा. ते लोभ, अहंकार, मत्सर इत्यादी विकारांपासून मुक्त करा.
- सर्वांच्या कल्याणाची इच्छा करा. ईश्वर स्वतः तुमचे कल्याण करेल.

त्यांनी तिथे उपस्थित असलेल्या सर्वांना हा संदेश दिला. सर्वांना एक समर्थ जीवन जगण्याचा मार्ग मिळावा यासाठी त्यांनी गावकऱ्यांना सांगितले की, जोपर्यंत ते या गावात आहेत तोपर्यंत सर्वांनी सकाळी त्यांच्याबरोबर व्यायाम करण्यासाठी व सायंकाळी सत्संगासाठी यावे.

ही बातमी समजताच आजूबाजूच्या गावातील लोकसुद्धा रोज सायंकाळी त्यांच्या सत्संगासाठी मंदिरात येऊ लागले. सत्संगाची सुरुवात स्वाभाविकपणे प्रभू रामचंद्रांच्या कथांपासून होत असे.

जनसंपर्क असूनही त्यांनी आपला भिक्षा मागण्याचा दिनक्रम चालू ठेवला. अशा प्रकारे ते संन्याशाच्या मर्यादांचेही पालनही करत होते व परिवाराबरोबर राहून आईला समाधानही देत होते.

जामगावमध्ये त्यांचे जनजागृतीचे कार्य निरंतरपणे चालू राहिले. आक्रमण करणाऱ्या विधर्मी राज्यकर्त्यांचे मनोबल खच्ची करायचे असेल तर सर्वांनी एकत्र यायला हवे, असा त्यांचा आग्रह होता. देशाची सुरक्षा फक्त क्षत्रियांवरच सोपवणे त्या वेळी पुरेसे नव्हते. त्याउलट, सर्वांची एकजूट होणे आवश्यक होते.

सुलतानी संकटाचा मुकाबला करण्यासाठी गृहस्थ असो वा साधू-संन्यासी सर्वांनी तत्पर व एकसंध राहणे गरजेचे होते. अकर्तव्यता सोडून देशाच्या व समाजाच्या रक्षणासाठी काही करण्याची ती वेळ होती.

अंधकारांनी भारलेल्या रात्रीच्या वेळी समर्थ रामदास एखाद्या तेजस्वी चंद्राप्रमाणे प्रकाशमान भासत असत. गावातील हनुमान मंदिरात त्यांच्या अशा सुंदर मूर्तीकडे पाहून लोक मुग्ध होऊन त्यांचे प्रवचन ऐकत असत. त्यांची प्रत्येक गोष्ट ते ऐकत होते.

काही दिवसांतच नदीकिनारी एक आखाडा तयार केला गेला. गावातील युवक नियमितपणे तिथे व्यायाम करण्यासाठी येऊ लागले. समाजाच्या रक्षणासाठी ते शारीरिक व मानसिकदृष्ट्या सक्षम होत असलेले पाहून समर्थांच्या चेहऱ्यावर समाधान दिसू लागले.

अशा प्रकारे त्यांनी केलेल्या चमत्कारांची व आध्यात्मिक ज्ञानाची चर्चा चहूकडे फैलावत होती. कोणी त्यांच्या औषधी ज्ञानामुळे प्रभावित होत होता, तर कोणी व्यायामातील कौशल्यामुळे प्रभावित होत होता.

एके दिवशी संधी साधून राणूबाईने त्यांना विचारले, ''तुझ्या औषधांमुळे माझी दृष्टी ठीक झाली. मी असं ऐकलंय, की एका गावातील मेलेल्या माणसाचे प्राणही तू परत आणलेस? तू बोलायला लागलास की जणू काही काळ थांबल्यासारखा वाटतो. तुझ्या एका इशाऱ्यासरशी गावातले तरुण काहीही करायला तयार होतात. अशी कोणती भूतविद्या तू शिकून आला आहेस?''

नारायणने हसून उत्तर दिले, ''जे भूत अयोध्येच्या महालांमध्ये संचार करत होते, कौसल्येच्या अंगणात जे लहानाचे मोठे झाले, ज्या भुताच्या स्पर्शांनी पाषाणाचे रूपांतर स्त्रीमध्ये झाले, ज्या भूताने देवतांनाही बंधनमुक्त केले, मी त्या सर्वमहाभूतांच्या प्राणभूताला वश केले आहे. तोच हे सारे चमत्कार करतो. मी तर फक्त त्या महाभूताचा दास आहे- रामदास!''

अनुशासित जीवन व आंतरिक शुद्धी ही योग्याची ओळख आहे. अनुशासित शरीर, विवेकशील बुद्धी व समर्पित मन यांचा योग जीवन रूपांतरित करू शकतो.

म्हणे जाणता तो जनीं मूर्ख पाहे। अतर्कासि तर्की असा कोण आहे।
जनीं मीपणें पाहतां पाहवेना। तया लक्षितां वेगळें राहवेना।।१५६।।

अर्थ : 'मी सर्व काही जाणतो', असे म्हणणारा मूर्ख आहे. अतार्किकाला तर्काने कोणी जाणू शकत नाही. ज्याच्यामध्ये 'मी'पणा आहे, त्याला परब्रह्म दिसत नाही. जो अहंभाव त्यागतो तो परब्रह्माशी एकरूप होतो.

तात्पर्य : जाणणे आणि अनुभवाने जाणणे दोन्हींत फरक आहे. बुद्धीने जाणून जे स्वत:ला ज्ञानी समजतात त्यांना समर्थ रामदास 'मूर्ख' असे संबोधतात. परब्रह्माला, परमसत्याला जो अनुभव होऊन अनुभवाने जाणतो तो परब्रह्म स्वरूप होऊन जातो. त्याचा 'मी'पणा म्हणजे अहंभाव नाहीसा होतो. हे अतार्किक ज्ञान तर्काने जाणता येत नाही.

बहू शास्त्र धूंडाळितां वाड आहे। जया निश्चयो येक तो ही न साहे।
मती भांडती शास्त्रबोधे विरोधें। गती खुंटती ज्ञानबोधें प्रबोधें।।१५७।।

अर्थ : निराकाराला जाणण्यासाठी अनेक प्रकारची शास्त्रे आहेत. त्यांच्यातसुद्धा एकमत नाही. वेगवेगळी मते असणारे एकमेकांशी भांडत राहतात. ज्याला ज्ञानाचा बोध होतो, प्रबोध होतो, त्याच्या अंतरंगातील सारे कलह नष्ट होतात.

तात्पर्य : ईश्वराप्रति असणारा द्वैतभाव (ईश्वराची कल्पना करून ईश्वराला स्वत:पेक्षा वेगळे समजणे) सगळ्या कलहाचे मूळ आहे. शास्त्रांमध्ये ईश्वराबद्दल अनेक गोष्टी सांगितल्या आहेत. त्यावरून लोकांमध्ये मतभेद निर्माण झाले आहेत. त्यामुळे कधीकधी भांडणेदेखील होतात. परंतु स्वज्ञानाची ज्योत जेव्हा अंतरंगात प्रज्वलित होते, 'स्व'चे खरे स्वरूप ज्ञात होते तेव्हा असा माणूस साऱ्या वादविवादाच्या पलीकडे जाऊन ईश्वराचे खरे अस्तित्व जाणतो. त्याच्या मनातील सारे कलह संपून जातात.

■■■

१३

जामगावाहून पुन्हा प्रस्थान

जवळजवळ चार महिने झाले होते. आता जामगावातील युवकांमध्ये नवचैतन्य संचारले होते. ते आपल्या धर्माचे व समाजाचे रक्षण करण्यासाठी सक्षम व तत्पर झाले होते. त्यांना कोणत्याही बाह्य मदतीची गरज नव्हती. आपला उद्देश सफल झाल्याचे पाहून समर्थ रामदासांनी तिथून प्रस्थान करण्याचा निर्णय घेतला. कारण देशामध्ये अजूनही बरीच ठिकाणे होती जिथे लोकांना जागृत करण्याची, प्रेरित करण्याची आवश्यकता होती.

त्यांनी आपण जाणार असल्याची बातमी आईच्या कानांवर घालताच तिच्यावर जणू दुःखाचा पहाड कोसळला. आतापर्यंत पुत्रवियोगात जीवन व्यतीत झाले होते. नारायणच्या रूपाने खूप वर्षांपूर्वी हरवलेला आनंद पुन्हा गवसला होता. काही महिने हा आनंद टिकला आणि नारायण पुन्हा परत जाण्याच्या गोष्टी करू लागला.

"नारायणा! तू इतका निर्मोही कसा आहेस? तुला तुझ्या आईची दया येत नाही का? पुन्हा पुत्रवियोगाचे दुःख का देतोस? मी आयुष्याची संध्याकाळ संपूर्ण परिवारासोबत घालवायची नाही का? मी मेल्यानंतर हवं तर तू परत जा." आई रडत-रडत म्हणाली. परंतु समर्थ रामदास आपल्या निश्चयावरून ढळणारे नव्हते.

गंगाधरपंतांना माहीत होते, की कधी ना कधी अशी वेळ येणारच होती. त्यांनी मध्येच बोलत आईला समजावले, "आई, आता हा फक्त आपला नारायण राहिला नाही. श्रीरामप्रभूंनी त्याला एका महान कार्यासाठी निवडले आहे. लहानपणापासून त्याने हीच प्रेरणा घेतली आहे. एका ठिकाणी राहून त्याचे कार्य पूर्ण होणार नाही.

तू आईच्या नात्याने त्याला विजयश्री प्राप्त होण्याचा आशीर्वाद द्यायला पाहिजेस. पुत्राच्या मोहाने त्या पवित्र कार्यात विघ्न आणू नकोस. तू आपल्या ममतेचा त्याग केला नाहीस, तर नारायण त्याचा संकल्प पूर्ण करू शकणार नाही. काळजावर दगड ठेवून शुभेच्छा देऊन त्याची पाठवणी कर!''

मोठ्या मुश्कीलीने राणूबाईचे मन बदलले. समाजाची गरज ओळखून आपल्या काळजावर दगड ठेवून ती पुत्रमोहाचा त्याग करण्यास तयार झाली. अश्रुभरल्या डोळ्यांनी तिने नारायणकडून वचन घेतले, की तिच्या अंतकाळी तो तिला भेटण्यासाठी नक्की येईल. आईच्या त्यागाला वंदन करून नारायणने आईला वचन दिले; त्याचबरोबर डोळ्यांत पाणी न आणता, हसतमुखाने ती नारायणची पाठवणी करेल, हे वचन तिच्याकडून घेतले.

सर्व ग्रामवासीयांना देव, देश व धर्म यांचे रक्षण करण्याचा उपदेश करून समर्थ रामदासांनी जामगाव सोडले. आईने त्यांच्या कपाळाला गंध लावले. त्यांनी 'कपील गीते'द्वारे आईला आत्मबोधाचे ज्ञान दिले. ते ऐकून आईचा उरलासुरला क्लेशही दूर झाला. पाठवणीच्या वेळी आत्मबोधापेक्षा चांगली भेट अजून काय असू शकते?

'जय जय रघुवीर समर्थ' असा नामघोष करत समर्थ रामदास आपल्या ध्येयप्राप्तीसाठी अज्ञात यात्रेकरिता बाहेर पडले. या नामघोषणाने संपूर्ण महाराष्ट्र चैतन्यमय झाला होता. फक्त सह्याद्री पर्वतच नव्हे; तर गंगा-यमुनेच्या घाटांबरोबर कृष्णा व कावेरी घाटांनाही त्यांनी जागृत केले होते. उत्तरेकडे हिमालयापासून ते दक्षिणेकडे सेतूपर्यंत मठ-महंतांची स्थापना करून राष्ट्रनिर्माणाच्या कार्याचा पाया या संन्याशाने रचला होता.

जामगावहून निघून ते पुन्हा टाकळीला आले, जिथे त्यांनी आदिमठाची स्थापना केली होती. त्यांचा पहिला शिष्य उद्धव, जो ब्राह्मण पती-पत्नीने त्यांना अर्पण केला होता, तो आता उद्धवस्वामी झाला होता व आपल्या गुरुदेवांनी सांगितलेल्या मार्गावरून चालत नित्यनेमाने धर्मपालन करत होता. एक तपाहून अधिक काळ लोटला होता आणि आता उद्धव आपल्या गुरूला भेटणार होता.

रामदासांच्या भेटीने उद्धवला खूप आनंद झाला. आपले कार्य पुन्हा नव्या जोमाने सुरू करण्यासाठी रामदास तिथून लगेचच जाणार होते. परंतु उद्धवस्वामींसाठी ही खूप आनंदाची गोष्ट होती, की आता ते रामदासांबरोबर त्यांचे मदतनीस म्हणून जाणार होते. गुरुदेवांची आज्ञा प्रमाण मानून ते रामदासांबरोबर बाहेर पडले.

असे सांगितले जाते की, जवळजवळ याच वेळी त्यांची भेट निजामशाहीच्या सेवेत कार्यरत असलेल्या शहाजीराजे भोसलेंबरोबर झाली. तेसुद्धा स्वातंत्र्य मिळवण्यासाठी व्याकूळ झाले होते. एखाद्या धर्मपुरुषाचे, संन्याशाचे त्यांना मार्गदर्शन मिळावे, असे त्यांना वाटत होते. त्यांचा मुलगा शिवाजी (शिवबा) काही मावळ्यांना बरोबर घेऊन मुघलांच्या विरोधात लढाई करत होता. त्यांनी काही किल्लेसुद्धा काबीज केले होते. हिंदवी स्वराज्याच्या स्थापनेची ती सुरुवात होती. अजून शिवाजी, छत्रपती शिवाजी महाराज झाले नव्हते.

जेव्हा आपण अंत:करणापासून एखाद्या गोष्टीची इच्छा करतो तेव्हा नियती ती गोष्ट आपल्यापुढे आणते. आपल्या प्रार्थना अदृश्यपणे काम करत असतात व त्या पूर्ण होण्यासाठी घटना आपोआप घडत असतात.

धर्मजागृती करत एकीकडे समर्थ रामदास देशाटन करत होते; मुघलांच्या विरोधात शक्ती एकवटण्यासाठी प्रजेला संदेश देत होते; तर दुसरीकडे शिवबाने निवडक लोकांच्या मदतीने हिंदवी स्वराज्याचा पाया रचला होता. याचा अर्थ एखाद्याच्या मनात आर्ततेने प्रार्थना होत असते, त्याची पूर्तता होण्यासाठी तो निरंतर प्रयत्न करत असतो आणि दुसरीकडे ती पूर्ण होण्याचे काम सुरूही झालेले असते. ही ईश्वराची लीला आहे.

प्रयास करत असताना प्रार्थनेची शक्ती व आत्मबळ जोडले जाणे
ही मोठ्या परिवर्तनाची सुरुवात आहे.

जेणें मक्षिका भक्षिली जाणिवेची। तया भोजनाची रुची प्राप्ति कैची।
अहंभाव ज्या मानसींचा विरेना। तया ज्ञान हें अन्न पोटीं जिरेना।।१५९।।

अर्थ : आत्मज्ञानाच्या भोजनामध्ये अहंभावरूपी माशी पडली तर ती ज्ञानाचे पचन होऊ देत नाही. अहंकारामुळे ज्ञानाच्या गोष्टी आवडत नाहीत. ज्ञानाची शिसारी येऊ लागते. ज्याचा अहंकार नाहीसा होत नाही त्याला ज्ञानाच्या गोष्टी पचत नाहीत.

तात्पर्य : आत्मज्ञान प्राप्त होण्यामध्ये सर्वात मोठा अडथळा अहंकार आहे. समर्थ रामदास अहंकाराला ज्ञानाच्या अन्नात पडलेल्या माशीची उपमा देतात. त्यामुळे

ज्ञानाचे अमृत अहंकारी माणसाला आवडत नाही. अहंकारी माणूस स्वतःच्याच घमेंडीत जगतो व ज्ञानाच्या गोष्टींचा उपहास करतो. कारण 'मी सर्व काही जाणतो' असा भ्रम त्याच्या मनात असतो. तोच त्याला खऱ्या ज्ञानापासून वंचित ठेवतो.

अहंतागुणें सर्व ही दुःख होतें। मुखें बोलिलें ज्ञान तें वेर्थ जातें।
सुखी राहतां सर्व ही सूख आहे। अहंता तुझी तूं चि शोधूनि पाहें।।१६१।।

अर्थ : अहंकार असेल तर सर्व दुःखच दुःख आहे. अहंकारी माणसाच्या मुखातून बाहेर पडलेल्या ज्ञानाचा उपदेशसुद्धा व्यर्थ होतो. आपला अहंकार शोधून काढा व त्याचा नाश करा. म्हणजे सगळीकडे सुखच सुख असेल.

तात्पर्य : साऱ्या दुःखांचे मूळ अहंकार आहे. अहंकारी माणूस स्वतःला इतरांपेक्षा श्रेष्ठ मानून वर्तन करतो म्हणून, त्याच्या मनासारखे घडले नाही तर दुःखी होतो. तो इतरांवर नियंत्रण ठेवू इच्छितो. काळाच्या ओघात असा अहंकारी माणूस महत्त्वहीन होतो. कारण अशा माणसापासून सगळे दूर राहतात. अहंकाराचा त्याग करून प्रत्येकाबरोबर वर्तन ठेवले तर तो माणूस सर्वांना प्रिय होतो व प्रत्येक ठिकाणी सुख प्राप्त होते. म्हणून समर्थ रामदास अहंकाराचा त्याग करण्याचा उपदेश करतात. लोकव्यवहारात सुख, शांती प्राप्त करण्यासाठीसुद्धा याचा खूप उपयोग होतो.

■■■

१४

कर्म उपदेश

लोकांमधील जाणीव वाढवण्याची समर्थ रामदासांची पद्धत अनोखी होती. जनसंपर्क वाढावा, सामाजिक परिस्थितीचे आकलन व्हावे, हा भिक्षा मागायला जाण्यामागचा त्यांचा उद्देश होता.

ते जिथे जात तिथे लोकांचे निरीक्षण करत व परिस्थितीचे अवलोकन करत. लोकांच्या अडचणी जाणून त्यांच्या प्रतिसादावरून स्वत:च्या मनाची स्थिती पारखत. त्यावरून आपली साधना किती सफल झाली आहे, याचा आढावा घेत असत.

या निमित्ताने समाज कोणत्या दिशेने जात आहे हे पाहणे, लोकांना योग्य मार्गदर्शन करणे, हा त्यांचा उद्देश होता. त्यांना काही नवीन गोष्टी ऐकायला मिळायच्या. ते भिक्षा मागायला जात तेव्हा काही घरांमध्ये असेही लोक आढळत जे प्रपंचात राहूनही साधना करत होते. ते त्यांना काही नवीन गोष्टी सांगत.

असेच एके दिवशी ते एका घरी भिक्षा मागण्यासाठी गेले होते. त्या घरातील स्त्रीने त्यांना जेवायला वाढले व म्हणाली, ''स्वामीजी, मला तुमच्या उपदेशांचे अमृत द्या.'' रामदासस्वामींची दृष्टी सांगत होती, की ती स्त्री ज्ञानाचा उपदेश घेण्यास पात्र नाही. तिचे मन विकारग्रस्त आहे. परंतु रामदासस्वामी व्यवहारकुशल होते. ते जाणत होते की, एखाद्या अपात्र माणसाला स्पष्टपणे सांगितले, की तू पात्र नाहीस तर त्याला वाईट वाटते. स्वत:बद्दल अशा गोष्टी ऐकून त्याच्या मनात वाईट भावना निर्माण होतात व त्या त्याला जास्त अपात्र बनवतात. म्हणून, 'मी उद्या येऊन तुम्हांला उपदेश करेन' असे सांगून ते तिथून बाहेर पडले.

दुसऱ्या दिवशी त्या स्त्रीच्या घरी जाऊन त्यांनी भिक्षा मागण्यासाठी आवाज दिला. 'आज मला उपदेश अमृत मिळणार' या विचाराने ती स्त्री खूप आनंदात होती. तिने स्वामीजींसाठी खीर केली होती. एका भांड्यात खीर घेऊन ती बाहेर आली.

समर्थ रामदासांनी भिक्षा घेण्यासाठी आपला कमंडलू पुढे केला. ती स्त्री त्यामध्ये खीर वाढणार तेवढ्यात कमंडलू पाहून ती चमकली व दोन पावले मागे आली. कारण कमंडलू शेणाने भरलेला होता.

स्त्री आश्चर्याने म्हणाली, ''स्वामी, यात तर शेण पडलंय! यात खीर कशी घालता येईल!''

स्वामीजींनी विचारले, ''का नाही घालता येणार?''

''शेणामुळे दूध नासेल. द्या माझ्याकडे तो कमंडलू. मी आधी तो स्वच्छ धुऊन आणते.'' स्त्रीने उत्तर दिले.

स्वामीजी म्हणाले, ''आपल्या मनाच्या बाबतीतही असेच घडते. मनात खूप कचरा साठलेला असतो. जोपर्यंत तिरस्कार, द्वेष, अहंकार, लोभरूपी शेण मनातून निघून जात नाही तोपर्यंत मनाला ज्ञान देता येत नाही. आधी मन स्वच्छ कर. ते विकाररहित बनवण्याचे कर्म कर. मगच तू ज्ञान घेण्यास पात्र होशील.''

आपल्या उपदेशांमध्ये समर्थ रामदासांनी कर्ममार्गाला मोठे महत्त्व दिले आहे. माणसाची अकर्मण्यताच समाजाच्या दुर्दशेला कारणीभूत आहे, असे त्यांना वाटत होते.

आधि ते करावे कर्म। कर्म मार्गे उपासना।
उपासका सापडे ज्ञान। ज्ञाने मोक्षचि पावणे।।

याचा अर्थ, आधी कर्म करा. मग कर्माद्वारे उपासना. उपासकाला ज्ञान मिळते व ज्ञानामुळे मोक्ष प्राप्त होतो.

या श्लोकाद्वारे त्यांनी कर्ममार्ग अनुसरण्याचा संदेश दिला आहे. कर्ममार्गाद्वारे उपासना (कर्मालाच उपासना बनवणे) करण्याने ज्ञान प्राप्त होते, जे मोक्षाकडे घेऊन जाते. असे सांगून त्यांनी समाजाला कर्म करण्याची प्रेरणा दिली.

श्रीरामप्रभूची भक्ती केल्याने त्यांना आत्मज्ञान मिळाले. आत्मज्ञान प्राप्त झाल्यानंतर त्यांनी अनेक उपदेशपर ग्रंथ लिहिले. प्रापंचिक गोष्टी असोत, व्यवहारकौशल्य असो अथवा परमार्थाचे ज्ञान असो, मनुष्याच्या उपयोगी पडणारे प्रत्येक ज्ञान त्यांनी आपल्या ग्रंथात सांगितले आहे. जीवनमूल्य, परिस्थितीचे आकलन, व्यवहार (वर्तणूक), आत्मपरीक्षण अशा अनेक पैलूंवर त्यांनी आपल्या

ग्रंथांच्या माध्यमातून प्रकाश टाकला आहे, जे मानवी जीवन समृद्ध बनवण्यासाठी समर्थ आहेत.

ज्ञानामुळे पात्रता वाढते; परंतु ज्ञान प्राप्त करण्याची पात्रता केवळ अहंकार समर्पित केल्यामुळे तयार होते. अहंकाररहित झालेला माणूस ज्ञानाचा उपयोग इतरांच्या कल्याणासाठी करतो.

देहेबुधिचा निश्चयो दृढ झाला। देहातीत तें हीत सांडीत गेला।
देहेबुधि ते आत्मबुधी करावी। सदा संगती सज्जनाची धरावी।।१६३।।

अर्थ : देहबुद्धीला खरे मानून चालण्यामुळे देहातीत अवस्थेचा लाभ मिळत नाहीत. देहबुद्धीचा त्याग करून आत्मबुद्धी जागवा. सज्जन लोकांच्या संगतीत राहण्याने हे शक्य होईल.

तात्पर्य : स्वतःला शरीर समजणे व यावर ठाम विश्वास असणे हा आत्मज्ञान प्राप्त करण्यामधील सर्वात मोठा अडथळा आहे. 'स्व'चे खरे स्वरूप देहाच्या पलीकडे आहे. ते देहामुळे समजल्यामुळे 'मी म्हणजे हे शरीर आहे' असा भ्रम तयार होतो. जीवनात खरा गुरू येताच हा भ्रम नाहीसा होतो. म्हणून समर्थ रामदास सज्जनांच्या संगतीत राहण्यास महत्त्व देतात.

मनें कल्पिला वीषयो सोडवावा। मनें देव निर्गूण तो वोळखावा।
मनें कल्पितां कल्पना ते सरावी। सदा संगती सज्जनाची धरावी।।१६४।।

अर्थ : मनाला विषयांच्या कल्पनेतून मुक्त करा, म्हणजे ते त्रिगुणातीत ईश्वराला ओळखू लागेल. मन सतत कल्पनेत रममाण होत असते. त्याची ही सवय सुटण्यासाठी नेहमी सज्जनांच्या संगतीत राहा.

तात्पर्य : मन ईश्वराचीसुद्धा कल्पना करते व तेच खरे मानते. खऱ्या ईश्वराचे दर्शन होण्यामध्ये ही कल्पना अडथळा निर्माण करते. कल्पना माणसाला वर्तमानापासून दूर अशा आभासी दुनियेत घेऊन जाते. वास्तवतेचे दर्शन होण्यासाठी कल्पनेतून बाहेर पडणे खूप आवश्यक आहे. मनाची कल्पनेत रमण्याची सवय सुटण्यासाठी समर्थ रामदास मनाला सज्जनांच्या संगतीत राहण्याचा उपदेश करतात.

■■■

खंड ५

शिष्य परिवार व रामदासी पंथाचा प्रसार

(१५)

सामाजिक क्रांतीचा पाया

समाजात जागृती आणण्याचे कार्य करत असताना समर्थ रामदास अनेक ठिकाणी फिरले. त्यांचे भक्त व शिष्य वाढले होते. त्यांनी स्थापन केलेल्या मठांद्वारे लोकांची चेतना जागृत करण्याचे कार्य अविरत सुरू होते. त्यांनी जवळजवळ १४०० युवकांना प्रशिक्षण दिले. त्यातील काही गृहस्थाश्रमी होते, तर काही ब्रह्मचारी! त्यांच्या भक्तगणांपैकी सईबाई व वेणाबाई यांची गोष्ट मोठी रोचक आहे.

सईबाई शहापूर गावात राहणारी एक भांडकुदळ स्त्री होती. रामनाम घेतल्याने तिला खूप राग येत असे. एखाद्याचा मृत्यू झाला तरच रामनाम घ्यायचे असते, असा तिचा समज झाला होता. म्हणून रामनाम उच्चारणे तिला अशुभ वाटत असे. मोठ्या हवेलीत राहणारी सईबाई येणाऱ्या साधुसंतांना अपमानित करत असे.

समर्थ रामदास काही दिवस शहापूरला मुक्कामास होते. ते निरंतर रामनाम घेतात हे समजल्यावर सईबाईला खूप त्रास होऊ लागला. ते जेव्हा भिक्षा मागण्यासाठी सईबाईच्या दरवाजाजवळ येत तेव्हा त्यांच्यासमोरच ती प्रभू रामाबद्दल अपशब्द बोलून त्यांचा अपमान करत असे.

आता तर रामदास दररोज तिच्या घरी जाऊन भिक्षा मागू लागले व अपमानित होऊन परत येऊ लागले. जणू त्यांनी स्वतःला हा नियमच घालून दिला होता. ती जेव्हा त्यांचा व प्रभू रामाचा अपमान करण्यासाठी अपशब्द उच्चारे तेव्हा रामदास तिला आशीर्वाद देऊन परत येत होते. रामनाम हे कोणासाठी संकटाचे कारण नाही, हे त्यांना तिला शिकवायचे होते. सर्वांची पीडा हरण करणाऱ्या रामाचे नाव घेण्याने

अमंगल कसे होईल? सईबाईच्या मनाचा भ्रम नाहीसा करणे ही प्रभूची इच्छा आहे, असे त्यांना वाटत होते.

सईबाईचे पती सुलतान आदिलशहाच्या दरबारात कार्यरत होते. एके दिवशी त्यांना व त्यांच्या जावयाला सुलतानाने एका खोट्या आरोपाखाली अटक केले. त्यामुळे सईबाई सुन्न झाली. समर्थ रामदासांना उत्तर देणे तिने बंद केले.

एका सरळ, साध्या माणसाला विनाकारण बंदिवासात टाकल्याचे समजताच समर्थ रामदासांना वाईट वाटले. ते सईबाईला मदत करण्यासाठी गेले. सईबाईचा विश्वास अजूनच बळावला, की दररोज तिच्या दरवाजावर रामनाम घेतले गेल्यामुळे तिच्यावर हे संकट कोसळले. परंतु रामदासांना आपण इतके टाकून बोललो तरी ते आपले कल्याण चिंतत आहेत, हे पाहून तिचे मन द्रवले. तिने रामदासांना वचन दिले, की या आपत्तीतून तिच्या नवऱ्याला व जावयाला सहीसलामत सोडवले तर ती रामाचे गुणगान करेन.

श्रीरामप्रभूंकडून मिळालेल्या अंत:प्रेरणेतून व आपल्या व्यवहारकौशल्याने समर्थ रामदासांनी सईबाईच्या परिवारावर आलेले संकट काही दिवसांतच दूर केले. सईबाईच्या पतीवर लागलेला आरोप खोटा असल्याचे सिद्ध होऊन त्याला बंदिवासातून मुक्त करण्यात आले.

आनंदित होऊन सईबाईने मोठ्या आदराने समर्थ रामदासांना आपल्या घरी बोलावले व त्यांचे पाय धरले. त्यांच्या भोजनाची व्यवस्था केली. भोजनानंतर त्यांच्या पतीने रामदासांना दक्षिणा देऊ केली तेव्हा त्यांनी दक्षिणेच्या रूपात सईबाईच्या पुत्राची मागणी केली. तेव्हा सईबाई म्हणाली, ''एकच मुलगा का? माझी पाचही मुले व संपूर्ण परिवार आपल्या सेवेसाठी नेहमी तत्पर राहील.''

त्या संपूर्ण परिवाराला रामदासी संप्रदायाची दीक्षा दिली गेली. त्यांनी आपल्या ११ वर्षांच्या मुलाला समर्थ रामदासांबरोबर पाठवले. तो रामदासी संप्रदायाशी जोडला गेला व त्यांच्याबरोबर जाण्यासाठी उत्सुक होता. अशा प्रकारे एकेक शिष्य जमवत समर्थ रामदास मार्गक्रमण करत होते.

शिष्योत्तमा वेणाबाई

कोल्हापूरमध्ये असताना त्यांची भेट गोपजीपंत देशपांडेबरोबर झाली. ते समर्थ रामदासांचे अनुयायी होते. त्यांची निरागस मुलगी वेणा बालविधवा होती. समर्थ रामदासांच्या सत्संगात तिचे मन खूप रमत होते. साध्या व सात्त्विक अशा

त्या मुलीच्या जीवनाचे कोणतेही ध्येय नव्हते. त्या काळी समाजामध्ये विधवा स्त्रियांची अवस्था अतिशय दयनीय होती. मंदिराखेरीज कुठेही जाण्याची त्यांना परवानगी नव्हती.

समर्थ रामदासांनी वेणाला तत्त्वचिंतनाचे ज्ञान देण्यास सुरुवात केली. तिला आत्मा-परमात्मा याविषयी जाणून घेण्याची जिज्ञासा आधीपासूनच होती. समर्थ रामदासांच्या तत्त्वज्ञानाने भरलेल्या गोष्टी ऐकून तिचे चित्त शांत होऊ लागले. परंतु समाजातील काही लोकांना वेणाचे दररोज मंदिरात जाणे, तत्त्वचिंतनाच्या गोष्टी ऐकणे अनुचित वाटू लागले.

समर्थ रामदासांनी तिला समजावले, तिने दररोज त्यांना भेटायला येऊ नये. नाहीतर विनाकारण समाजाच्या रोषामुळे मानसिक त्रास भोगावा लागेल. परंतु वेणाला आता कोणाचीच पर्वा नव्हती. तिने रामदासांना गुरू मानले होते. आपल्या सद्गुरूकडून मिळालेल्या ज्ञानामुळे तिच्या मनात आध्यात्मिक ओढ निर्माण झाली होती. त्यांच्याकडून मिळालेल्या रामनामाच्या मंत्राने तिच्यात आत्मज्ञानाची ज्योत प्रज्वलित झाली होती.

समाज तिला दूषणे देऊ लागला. लोक येता-जाता तिच्याकडे तिरक्या नजरेने पाहू लागले. परंतु वेणा आत्मज्ञानाच्या मार्गावरून जात होती. मीरेप्रमाणे विषाचा प्याला पिण्याचीही तिची तयारी होती.

एके दिवशी समर्थ रामदासांनी तिचे सारे कष्ट नाहीसे केले. त्यांनी तिच्या आईवडिलांकडून तिला भिक्षेच्या रूपात मागितले.

वेणाचे जीवन सार्थकी लागले. आईवडिलांना विश्वास वाटत होता, की समर्थ रामदासांबरोबर राहिल्याने त्यांच्या मुलीचा उद्धार होईल.

मठातील अनेक शिष्य असलेली लहान मुले, सईबाई व इतर काही स्त्रिया यांच्याबरोबर वेणा राहू लागली. समर्थ रामदासांकडून ज्ञान घेऊन, त्यांच्या आज्ञेनुसार वेणा कीर्तन करू लागली. त्या काळी समाजामध्ये एका विधवा स्त्रीने कीर्तन करणे म्हणजे एक क्रांतिकारी घटना होती.

जेव्हा एखादा क्रांतिकारी पाऊल उचलतो तेव्हा त्याला समाजाच्या रोषाला सामोरे जावे लागते. समर्थ रामदासांचीसुद्धा या कारणामुळे निंदा होऊ लागली. परंतु त्यांनी समाजाची आवश्यकता लक्षात घेऊन स्त्रियांना शास्त्राभ्यास करण्यासाठी प्रेरित केले व काही ठिकाणी तर त्यांना मठाधिपतीसुद्धा बनवले.

असे सांगितले जाते की, समर्थ रामदास चाफळमध्ये असताना रामनवमीची तयारी करण्यासाठी सर्व शिष्यांना बरोबर घेऊन आसपासच्या गावात भिक्षा मागण्यासाठी गेले होते. उत्सवाची सारी तयारी करण्याची जबाबदारी त्यांनी वेणावर सोपवली होती. परंतु उत्सवाच्या काही दिवस आधी वेणाला खूप ताप भरला. चालणे-फिरणे तिच्यासाठी कठीण होऊ लागले. आता उत्सवाची तयारी कशी होणार, या चिंतेने व्याकूळ होऊन ती रामाच्या मूर्तीसमोर उभी राहून मदतीची याचना करू लागली.

ज्याप्रमाणे विठ्ठलाने वेगवेगळी रूपे घेऊन संत जनाबाई, संत एकनाथ यांची सेवा केली त्याप्रमाणे रामसुद्धा 'रामबाई'चे रूप घेऊन आला व वेणाबाईला म्हणाला, रामदासांनी त्यांना शेजारच्या गावाहून मदतीसाठी पाठवले आहे.

उत्सवाची सर्व तयारी पूर्ण करून रामबाई निघून गेली. समर्थ रामदास चाफळला परतले तेव्हा तिला समजले, की त्यांनी कोणत्याही स्त्रीला तिच्या मदतीसाठी पाठवले नव्हते. समर्थ रामदासांच्या सहवासात राहून आपला व समाजाचा उद्धार होत आहे, याची सर्वांना अनुभूती आली.

साहस हा महापुरुषांचा गुण आहे.
योग्य दिशेने केलेले साहस व साहसाबरोबर
आपल्या निर्णयावर ठाम राहणे हा रूपांतरणाचा मूळ मंत्र आहे.

देह्यादीक प्रपंच हा चिंतियेला। परी अंतरी लोभ निश्चित ठेला।
हरिचिंतनें मुक्तिकांता वरावी। सदा संगती सज्जनाची धरावी।।१६५।।

अर्थ : माणूस क्षणाक्षणाला प्रपंचाचाच विचार करतो म्हणून प्रपंचाविषयी लोभ व आसक्ती निर्माण होते. हरिचिंतन करत मुक्तीला आपली सखी बनवा व त्यासाठी नेहमी सज्जनांच्या संगतीत राहा.

तात्पर्य : ज्या गोष्टीविषयी आपण सतत विचार करतो त्याच्याबद्दल आपल्या मनात आसक्ती निर्माण होते. ज्या गोष्टीची आसक्ती असते ती प्राप्त करण्याची इच्छा

होते. म्हणून समर्थ रामदास मुक्तीलाच आपली जीवनसाथी बनवण्याचा उपदेश करतात, जेणेकरून नेहमी मुक्तीचा विचार मनात येईल. त्यासाठी सज्जनांच्या संगतीत राहा.

अहंकार विस्तारला या देह्याचा। स्त्रियापुत्रमित्रादिकें मोह त्यांचा।
बळें भ्रांति हे जन्म चिंता हरावी। सदा संगती सज्जनाची धरावी॥१६६॥

अर्थ : देहभाव व अहंकार यामुळे प्रपंचाचा मोह उत्पन्न होतो. त्यामुळे मन स्त्री, पुत्र, मित्र, नातलग यांत अडकून राहते. प्रयत्नपूर्वक निश्चय करून, देहबुद्धी दूर सारून जन्माची चिंता दूर करा. त्यासाठी नेहमी सज्जनांच्या संगतीत राहा.

तात्पर्य : स्वतःला शरीर मानण्यामुळे प्रपंचाप्रति जी आसक्ती उत्पन्न होते ती बंधनाचे कारण बनते. प्रपंचात राहून काही इच्छा अपूर्ण राहतात. शास्त्रांनुसार यामुळेच माणूस जन्म-मृत्यूच्या फेऱ्यांत अडकून पडतो. जेव्हा 'मी शरीर नाही' ही जाणीव निर्माण होते तेव्हा त्याविषयी असणारी आसक्ती आपोआप नाहीशी होते. ही जाणीव निर्माण व्हावी यासाठी समर्थ रामदास सज्जनांच्या संगतीत राहण्याचा उपदेश करतात.

■■■

१६

चाफळमध्ये राममंदिराची निर्मिती

सातारा जिल्ह्यातील चाफळ गाव त्या काळी मुघलांच्या आधिपत्याखाली होते. त्या वेळी नवीन मंदिरे उभारणे जवळजवळ बंदच झाले होते. लोक एखाद्या दगडाला शेंदूर फासून गावाच्या वेशीजवळ ठेवत व येता-जाता त्याला नमस्कार करत होते. त्यालाच आपले कुलदैवत मानत होते. मुघलांच्या शासनाखाली हिंदूंना आपल्या धर्माचे व संस्कृतीचे पालन करणे म्हणजे एक साहसाचे काम होते.

समर्थ रामदासांच्या रूपाने चाफळच्या लोकांना एक साहसी धर्मोपदेशक मिळाला होता. त्यांनी सांगितलेल्या मार्गावरून चालताना युवकांमध्ये मोठा उत्साह दिसून येत होता. समर्थ रामदास युवकांचे लोकप्रिय नेते बनले होते.

एके दिवशी सर्व गावकऱ्यांनी समर्थ रामदासांबरोबर चर्चा करून गावात एक मोठे राममंदिर उभारण्याचे निश्‍चित केले. काही लोकांनी याला थोडा विरोध केला. तरीसुद्धा शेंदूर फासलेल्या देवांना पाण्यात विसर्जन करून गावकऱ्यांनी आपल्या श्रमदानाने व धनदानाने राममंदिर साकार केले.

आता सर्वांसमोर एक मोठा प्रश्‍न निर्माण झाला, की या मंदिरात ठेवण्यासाठी मूर्ती कोठून आणायच्या? याआधी दुसऱ्या एका शहरात मंदिरासाठी एका मूर्तिकाराकडून मूर्ती तयार करून घेतल्या होत्या. समर्थ रामदासांनी त्याच मूर्तिकाराकडून मूर्ती आणण्याचा सल्ला दिला. परंतु त्यासाठी पैसे थोडे कमी पडत होते.

समर्थ रामदासांना विश्‍वास वाटत होता, की मंदिर प्रभू रामाच्या इच्छेने तयार झाले आहे तर ते स्वतःच इकडे येऊन इथे विराजमान होतील. तेव्हा एका वृद्ध

माणसाने सुचवले, की पैशांशिवायही मूर्ती मिळू शकतात. फक्त कोणालातरी जोखीम पत्करावी लागेल.

तिथे जवळच कृष्णा नदीच्या कुंडात मुघलांनी तोडलेल्या मंदिरातील मूर्ती टाकल्या होत्या. त्या पाण्यातून बाहेर काढण्यासाठी साहसी वीराची गरज होती. कारण कुंड अतिशय खोल होते व त्या पाण्यात मोठमोठे भोवरेही होते. एवढी जोखीम पत्करून पाण्यात उतरले तरी मूर्ती सापडण्याची शक्यता कमी होती, आणि सापडल्या तरी दगडांच्या मूर्ती पाण्याबाहेर काढण्यासाठी तेवढी ताकद असणारी व्यक्ती हवी.

हे ऐकल्यावर समर्थ रामदासांनी स्वतःच पाण्यात उतरण्याचा निश्चय केला. दुसऱ्या दिवशी ते व काही साहसी युवक नदीकाठी गेले. खोल पाणी पाहून काही युवक पाण्यात उतरण्यास घाबरले. परंतु रामदासांचा निश्चय अढळ होता.

'जय जय रघुवीर समर्थ' असे म्हणत त्यांनी पाण्यात उडी घेतली. ऐकीव गोष्टींवर विश्वास ठेवून त्यांनी खूपच मोठा धोका पत्करला होता. बराच वेळ झाला तरी युवकांना त्यांचा मागमूस लागेना. नदीकाठावर उभ्या असलेल्या युवकांचा धीर सुटू लागला. रामदास पाण्यातील भोवऱ्यात तर फसले नसतील ना, अशी प्रत्येकाच्या मनात शंका येऊ लागली.

खूप वेळानंतर समर्थ रामदास खांद्यावर एक देवीची मूर्ती घेऊन आले. ती मूर्ती काठावर ठेवून पुन्हा त्यांनी पाण्यात उडी मारली. थोड्याच वेळात ते रामाची मनोहर मूर्ती घेऊन पाण्याबाहेर आले.

चाफळमधील युवकांमध्ये उत्साह संचारला. 'रघुवीर समर्थ' अशा घोषणा होऊ लागल्या. मंदिरासाठी मूर्ती मिळाल्या याचा त्यांना अतोनात आनंद झाला होता. परंतु थोड्याच वेळात त्यांच्या उत्साहावर पाणी पडले. कारण शेजारच्या अंगापूर गावातील गावकऱ्यांनी त्या मूर्तींवर आपला हक्क असल्याचे सांगितले. त्यांच्या म्हणण्यानुसार त्या मूर्ती त्यांच्या गावाच्या सीमेवर सापडल्या होत्या.

याला 'प्रभू रामाची इच्छा' असे समजून रामदास मूर्ती तिथेच सोडून पुन्हा चाफळला आले. चाफळमधील गावकरी खूप संतापले. अंगापूरमधून त्या मूर्ती जबरदस्तीने उचलून आणण्याचे त्यांनी ठरवले. परंतु असे करण्यास रामदासांनी नकार दिला. रामाची इच्छा असेल तर ते स्वतःहून इथे येतील, अशी समजून काढून त्यांनी युवकांना शांत केले.

दुसऱ्या दिवशी सकाळी समर्थ रामदास स्नान करून परत येत असताना त्यांना लोकांचा जमाव त्यांच्या दिशेने येताना दिसला. ते अंगापूरचे रहिवासी होते. समर्थ रामदासांना पाहून त्यांनी त्यांचे पाय धरले व मूर्ती ताब्यात घेण्याचा जो दुर्व्यवहार त्यांच्याकडून झाला होता, त्याबद्दल क्षमा मागू लागले.

त्यांच्याकडून सर्व हकिकत जाणून घेतल्यानंतर समजले की, चाफळवासी निराश होऊन परतल्यानंतर त्यांनी त्या मूर्ती आपल्या गावात नेण्याचा प्रयत्न केला. परंतु मूर्ती आपल्या जागेवरून तीळमात्र हलल्या नाहीत. अंगापूरच्या रहिवाशांनी जोर लावून त्या मूर्ती हलवण्याचा प्रयत्न केला. पण त्यांना यश आले नाही. शेवटी त्यांच्या लक्षात आले, की प्रभू श्रीरामांना चाफळमध्येच राहण्याची इच्छा आहे. म्हणून 'त्या मूर्ती चाफळला घेऊन या', असे सांगण्यासाठी अंगापूरचे ग्रामस्थ रामदासांकडे आले होते.

हे ऐकताच चाफळ गावात आनंदाचे व उत्साहाचे वारे वाहू लागले. समर्थ रामदासांच्या मागे दोन्ही गावातील ग्रामस्थ नदीकडे निघाले. तिथे समर्थ रामदासांनी दोन्ही मूर्तींना वंदन केले व एका क्षणात आपल्या खांद्यांवर त्या मूर्ती उचलून घेतल्या.

प्रभू रामाचा नामघोष करत त्या मूर्ती चाफळमध्ये आणल्या गेल्या व शुभमुहूर्त पाहून त्यांची स्थापना मंदिरात करण्यात आली. जवळच हनुमानाचेही मंदिर बांधले गेले. त्या काळी चाफळ जणू काही रामदासी संप्रदायाची राजधानी बनली होती. आजही ही दोन्ही मंदिरे समर्थ रामदासांच्या भक्तीचे व शक्तीचे प्रतीक बनून इतिहासाची साक्ष देतात.

'तुला जे वाटते चांगले त्यातच माझे भले. तुझी इच्छा तीच माझी इच्छा', हा विचार ईश्वराप्रति असणारे सर्वात मोठे समर्पण आहे.

ईश्वरेच्छेपुढे जो समर्पित होतो,
तो ईश्वराचे महान कार्य करण्यासाठी निमित्त ठरतो.

करी वृत्ति जो संत तो संत जाणा। दुराशागुणें जो नव्हें दैन्यवाणा।
उपाधि देहेबुधितें वाढविते। परी सज्जना केवि बाधूं शके ते।।१६८।।

अर्थ : जो आपल्यातील वृत्तींना शांत करतो तो संत. वाईट इच्छा, दुष्ट कामना यांमुळे ज्याची दुर्गती होत नाही तो संत. उपाधी किंवा पद देहबुद्धी वाढवते. परंतु संत-सज्जनांवर याचा काहीही परिणाम होत नाही.

तात्पर्य : पद, प्रतिष्ठा यांची आसक्ती बंधनास कारणीभूत ठरते. पद, प्रतिष्ठा सांभाळण्याच्या प्रयत्नांत माणूस आपल्या वृत्तींमध्ये गुरफटून जातो. आयुष्यभर स्वत:ला शरीर मानून वर्तन करतो. जो या पद-प्रतिष्ठेपासून दूर आहे, तसेच त्याच्या अनुषंगाने येणाऱ्या दुष्ट कामना ज्याला भरकटू देत नाहीत, तो संत आहे, असे समर्थ रामदास म्हणतात.

असे सार साचार तें चोरलेंसे। येहीं लोचनीं पाहतां दृश्य भासे।।
निराभास निर्गूण तें आकळेना। अहंतागुणें कल्पितां ही कळेना।।१७१।।

अर्थ : दृष्टीला जी सृष्टी दिसते तो निव्वळ आभास आहे. ब्रह्मांडाला व्यापून राहिलेले परमसत्य गुप्त रूपात आहे. ते संपूर्ण विश्वाचे सार आहे. आपल्या अहंकारामुळे माणूस त्या निर्गुण निराकाराला कधी जाणू शकत नाही.

तात्पर्य : सत्याचे दर्शन होण्यामध्ये अहंकार हा सर्वात मोठा अडथळा आहे. स्वत:ला शरीर समजून माणूस आभासी दुनियेलाच खरे मानतो व त्याच विश्वासात संपूर्ण आयुष्य घालवतो. निर्गुण, निराकार, परमसत्य अव्यक्त ठेवले गेले आहे. परंतु जो देहबुद्धीचा त्याग करून, अहंकाराच्या पलीकडे जाऊन त्या परमसत्याचा शोध घेतो, त्याला कणाकणांत सत्याचीच अनुभूती होते. परंतु, जोपर्यंत मनात अहंकार आहे तोपर्यंत त्या परमसत्याच्या अनुभूतीची कल्पनासुद्धा करू शकत नाही, असे समर्थ रामदास म्हणतात.

■■■

१७

कल्याणस्वामी : भक्तीचा आदर्श

एके दिवशी कोल्हापूरमध्ये समर्थ रामदास स्वामी कीर्तन करत होते. त्या दिवशी नाशिकच्या कृष्णाजीपंत कुलकर्णी यांची पत्नी रखुमाबाई आपला भाऊ पाराजीपंत व मुले अंबाजी व दत्तात्रेय यांच्यासह कीर्तनाला आली होती. संपूर्ण परिवाराने समर्थ रामदासांकडून अनुग्रह घेतला व त्यांच्याबरोबर तीर्थयात्रा करण्यास निघाले.

तीर्थयात्रा करत-करत ते शिरगावात पोहोचले. तिथे त्यांनी एक मठ स्थापन केला. दत्तात्रेयाला त्याचा उत्तराधिकारी बनवून रामदास व त्यांचे इतर शिष्य पुढे निघाले. रखुमाबाई दत्तात्रेयबरोबर शिरगावलाच थांबली व अंबाजी सर्वांबरोबर निघून गेला. समर्थ रामदासांबरोबर तो नेहमी राहू लागला.

एकदा मसूर गावात रामनवमीची शोभायात्रा सुरू होती. तेव्हा रामाच्या रथाच्या मार्गात एका झाडाच्या मोठ्या फांदीचा अडथळा निर्माण झाला. समर्थ रामदासांनी तिथे उपस्थित असलेल्या शिष्यांना ती फांदी तोडण्याची आज्ञा दिली. परंतु जो ती फांदी तोडेल तो निश्चितच खाली असलेल्या विहिरीत पडणार होता.

अंबाजीने क्षणाचाही विलंब न लावता कुऱ्हाड उचलली आणि ती फांदी तोडून रथयात्रेचा मार्ग मोकळा केला. अंबाजी विहिरीत पडले व शोभायात्रा पुढे निघून गेली.

संध्याकाळी शोभायात्रा संपली तेव्हा सगळ्यांच्या लक्षात आले, की अंबाजी विहिरीत पडले होते. त्यानंतर त्यांना कोणीही पाहिले नाही. समर्थ रामदास व सर्व शिष्य विहिरीकडे धावले. तिथे पोहोचल्यावर विहिरीत डोकावून समर्थ रामदासांनी आवाज दिला, "अंबाजी, कल्याण आहे ना!" विहिरीतून आवाज आला, "हो

स्वामी, तुमच्या कृपेने सर्व कल्याण आहे.'' त्या दिवसांनंतर अंबाजी 'कल्याण' झाला. गुरूच्या आदर्शांचे पालन करत, कठीण साधना करत पुढे ते 'स्वामी' या पदाला पोहोचले.

समर्थ रामदासांनी कल्याणस्वामींच्या स्वामिनिष्ठेची अनेक वेळा परीक्षा घेतली. प्रत्येक वेळी ते कसोटीला उतरले. त्या परीक्षांच्या अनेक कथा सांगितल्या जातात. एकदा त्यांनी हवेने उडालेला स्वामींचा पंचा (खांद्यावर घेतले जाणारे वस्त्र) पकडण्यासाठी डोंगरावरून खाली उडी घेतली तर एकदा गुरूच्या आज्ञेचे पालन करण्यासाठी अंधाऱ्या रात्री जंगलात गेले व तिथे नागदंशाने मूर्च्छित झाले. दुसऱ्या दिवशी सकाळी समर्थ रामदासांनी त्यांचे विष उतरवून त्यांना शुद्धीवर आणले.

कल्याणस्वामींनी आपले सर्व जीवन समर्थांच्या सेवेसाठी अर्पण केले होते. प्रभु श्रीराम समर्थ रामदासांचे आराध्य दैवत होते तर समर्थ रामदास कल्याण स्वामींचे आराध्य दैवत होते. जसा रामभक्त हनुमान तसा समर्थ भक्त कल्याण!

कल्याणस्वामींचे हस्ताक्षर खूप सुंदर होते. त्यांचे लिखाण मोत्यांच्या माळेची आठवण करून देत असे. समर्थ रामदासांप्रमाणे कल्याणस्वामींची शरीरयष्टीसुद्धा मजबूत होती. नदीच्या पुरात उडी मारणे हा त्यांचा आवडता खेळ होता. असे सांगितले जाते, की ते सज्जनगडाच्या कड्यावरून खाली दरीत उडी मारत होते.

पातंजल योगाचा विशेष अभ्यास केल्याने त्यांना 'योगीराज' म्हटले जात होते. ते एक निपुण चित्रकारसुद्धा होते. त्यांच्या झोळीत नेहमी लेखनसाहित्य ठेवलेले असे. लिहिण्यासाठी कागद व शाई ते स्वत: तयार करत होते. समर्थांच्या वाणीतून निघालेल्या प्रवचनांचे शेकडो श्लोक ते एका दिवसात लिहून काढत. त्यांच्या हस्ताक्षरातील समर्थ रामदासांचे साहित्य व त्यांनी काढलेली चित्रे आजही बघायला मिळतात.

एक उत्तम कीर्तनकार, प्रतिभावान कवी, महान योगी व निष्ठावान शिष्य असे कल्याणस्वामी एक आदर्श गुरुभक्त होते. आपल्या याच गुणांमुळे ते समर्थ रामदासांचे पट्टशिष्य होते.

ते आपला बहुतेक वेळ गुरुसेवेमध्ये खर्च करत होते. त्यांची ही दिनचर्या पाहून इतर शिष्य हैराण होत असत. त्यांना वाटे कल्याणस्वामी कधी ध्यान करत नाहीत, श्लोक पठण करत नाहीत, अध्यात्माशी निगडित असे कोणतेही कार्य ते का करत नाहीत. पूर्ण दिवस फक्त पाणी भरणे, साफसफाई करणे, गुरूंची वस्त्रे धुणे, त्यांचे पाय दाबणे इत्यादी कामे करण्यात ते त्यांचा वेळ घालवत होते.

या कारणांमुळे इतर शिष्य त्यांची चेष्टा करत होते. ही गोष्ट एके दिवशी समर्थ रामदासांना समजली. गुरू शिष्यांची फक्त परीक्षाच घेत नाहीत; तर कठीण प्रसंगात त्यांना आश्रयही देतात. समर्थ रामदासांनी कल्याणसहित सर्व शिष्यांना बोलावले व एक श्लोक म्हणता-म्हणता अर्धवट सोडून दिला. कल्याणस्वामींनी तो लगेच पूर्ण केला. एकेक करत समर्थ रामदासांनी असे अनेक श्लोक म्हटले व कल्याणस्वामींनी ते पूर्ण केले. सर्व शिष्यांना खूप आश्चर्य वाटले, की कल्याणकडे इतके ज्ञान कोठून आले!

समर्थ रामदासांनी प्रापंचिक गोष्टींशी निगडित अनेक विषयांत अनमोल ज्ञान दिले. कल्याणस्वामी आपल्या दिनचर्येतील बराचसा वेळ ती प्रवचने लिहिण्यात खर्च करत होते. सद्य:स्थितीत समर्थ रामदासांनी सांगितलेले जितके साहित्य उपलब्ध आहे, त्यामध्ये सर्वात मोठे योगदान कल्याणस्वामींच्या लेखनाचे आहे.

जवळजवळ ३० वर्षे कल्याणस्वामी समर्थ रामदासांजवळ राहिले. नंतर गुरूच्या आज्ञेनुसार रामदासी संप्रदायाचा प्रचार व प्रसार करण्याच्या हेतूने ते बाहेर पडले. त्यांनी साधारणपणे २५० रामदासी मठांची स्थापना केली. गुरुमुखातून बाहेर पडलेल्या श्लोकांना अक्षरबद्ध करण्याच्या त्यांच्या कलेने आज 'दासबोध'सारखा महान ग्रंथ उपलब्ध झाला. एका अतुलनीय गुरूची त्यांच्या अप्रतिम शिष्याद्वारे झालेली सेवा आजही साहित्यरूपाने समाजाचा उद्धार करत आहे.

गुरू आज्ञेप्रति समर्पण असणे हा शिष्याचा फार उत्तम गुण आहे.
ज्याचा अहंभाव नाहीसा झाला आहे,
तो गुर्वाज्ञा सहजपणे पाळू शकतो.

स्फुरे वीषयी कल्पना ते अविद्या। स्फुरे ब्रह्म रे जाण माया सुविद्या।।
मुळी कल्पना दो रुपे तेचि जाली। विवेके तरी स्वस्वरूपी मिळली।।१७२।।

अर्थ : ज्या कल्पनेमुळे विषयांना उत्तेजना मिळते ती कल्पना अविद्या आहे. ज्या कल्पनेने परब्रह्माचे आकर्षण वाढते ती सुविद्या आहे. ही एकाच कल्पनेची दोन रूपे आहेत. विवेकाने कल्पना कराल तर ती स्वरूपाची भेट करवून देते.

तात्पर्य : कल्पना सत्यापासून दूर घेऊन जात असेल तर तो अभिशाप आहे. कल्पना सत्याकडे घेऊन जात असेल तर तो आशीर्वाद आहे. योग्य समज असेल तर कल्पना मोठ्यात मोठ्या कार्याचा आधार आहे. नाहीतर कल्पना गैरसमजुतींचे मूळसुद्धा आहे. कल्पना करणे माणसाच्या मनाचा गुण आहे. हा गुण आयुष्यात वरदान बनेल का अभिशाप, हे माणसाच्या विवेकावर अवलंबून आहे.

स्वरूपी उदेला अहंकार राहो। तेणे सर्व आच्छादिले व्योम पाहो।।
दिशा पाहता ते निशा वाढता हे। विवेके विचारे विवंचूनि पाहे।।१७३।।

अर्थ : स्वरूपात जेव्हा अहंकार उत्पन्न होतो तेव्हा तो राहूप्रमाणे म्हणजे एखाद्या पापग्रहाप्रमाणे बघता-बघता सर्व आकाश व्यापून टाकतो. त्यामुळे खरे स्वरूप झाकले जाते व त्यावर अज्ञानाचा अंधकार पसरतो. म्हणून नेहमी विवेक ठेवून स्वरूपाचा शोध घ्या.

तात्पर्य : अहंकारी माणूस आत्मज्ञानापासून खूप दूर असतो. ज्याप्रमाणे काळे ढग आकाशाला झाकून टाकतात त्याप्रमाणे अहंकाराचा अंधकारसुद्धा माणसाला आपल्या खऱ्या स्वरूपाचे दर्शन घडू देत नाही. अहंकारामुळे माणूस मला सर्व माहीत आहे, या भ्रमात आपले आयुष्य घालवतो. म्हणून समर्थ रामदास विवेक ठेवून अहंकाराचा त्याग करण्याचा उपदेश देतात.

■■■

१८

समर्थ रामदासांचे अनोखे रूप

समर्थ रामदासांचे शिष्य धर्मप्रचार करत वेगवेगळ्या ठिकाणी जात होते. त्या काळी महाराष्ट्राचा बहुतांश भाग मुघलांच्या अमलाखाली होता. सातारा क्षेत्र विजापूरच्या आदिलशहाच्या नियंत्रणाखाली होते.

आदिलशहाचा एक दरबारी अधिकारी संगम माहुलीमध्ये राहत होता. हिंदू लोकांशी तो खूप क्रूरतेने वागत होता. त्यांना तो मारहाण करत असे. ब्राह्मण, गोसावी, बैरागी, संन्यासी लोकांना तो खूप त्रास देत असे. त्याने त्या भागात स्नानसंध्या, पूजापाठ, होमहवन, कथा-कीर्तन इत्यादी धार्मिक कार्ये करण्यास मनाई केली होती.

उद्धवस्वामी व इतर काही शिष्य आपले काही कार्य करण्याच्या हेतूने त्या भागात गेले होते. त्यांनी कृष्णा नदीत स्नान करून पूजा-संध्या करण्यास सुरुवात केली. तिथेच कृष्णा नदीच्या घाटावर प्रवचन देण्यास आरंभ केला.

आदिलशहाच्या अधिकाऱ्याच्या कानांवर ही बातमी आली. त्याने उद्धवस्वामी व इतर शिष्यांना धर्मप्रचाराच्या अपराधापोटी पकडले व कैदेत टाकले. उद्धवस्वामींना खूप मारहाणसुद्धा केली. त्यांच्यापैकी एक शिष्य संधी साधून पळाला व समर्थ रामदासांकडे जाऊन ही बातमी सांगितली.

समर्थ रामदास त्या वेळी चाफळमध्ये होते. आपल्या शिष्यांशी केलेल्या अशा वाईट वर्तणुकीची बातमी ऐकून त्यांच्या तळपायाची आग मस्तकात पोहोचली. कल्याणस्वामींकडून वेताची छडी मागवून ते त्वरित माहुलीला जायला निघाले. कुठेही न थांबता ते तडक निघाले व सूर्यास्ताच्या वेळी माहुलीला पोहोचले. तिथे

गेल्यावर त्यांनी त्या अधिकाऱ्याचा पत्ता शोधून काढला. समर्थ रामदासांच्या निरपराध शिष्यांना शासन करण्याची चूक त्या निर्दयी अधिकाऱ्याला खूप महागात पडणार होती.

ते तडक त्या अधिकाऱ्याच्या घरी गेले. तो मजेत घराच्या व्हरांड्यात हुक्का ओढत बसला होता. रामदासांनी दुसऱ्याच क्षणी त्याला खाली पाडले व वेताच्या छडीने बेदम मारण्यास सुरुवात केली.

हे काय घडत आहे, हे बघणाऱ्यांच्या लक्षात येत नव्हते. अचानक झालेल्या हल्ल्यामुळे त्याचे रक्षकही सुन्न झाले होते. रामदास इतक्या वेगाने छडी मारत होते, की त्यांना थांबवणाऱ्यालासुद्धा छडीचा प्रसाद खावा लागत होता. त्यांचे असे उग्र रूप पाहून कोणीही मधे येण्याचे धाडस करू शकत नव्हते.

समर्थ रामदासांचे हे रूप याआधी कोणीही पाहिले नव्हते. जणू काही भक्त प्रल्हादाला वाचवण्यासाठी नारायणाने पुन्हा नरसिंहाचा अवतार घेतला होता.

अधिकाऱ्याच्या शरीरातून रक्त वाहू लागले. मार खाल्ल्याने त्याची कातडी सोलवटून निघाली होती. समर्थांच्या वारामुळे तो अर्धमेला झाला होता. दयेची भीक मागत त्याने रामदासांचे पाय धरले. ''दया नंतर; आधी माझ्या निरपराध शिष्यांना कैदेतून सोडव!'' समर्थांचा आवाज सगळीकडे घुमला.

अधिकाऱ्याने त्वरित आपल्या सेवकांना आदेश दिला व थोड्याच वेळात ते उद्धवस्वामी व इतर शिष्यांना घेऊन रामदासांसमोर हजर झाले. उद्धवस्वामींसहित सर्व शिष्यांनी गुरूचे पाय धरले.

त्या मुघल अधिकाऱ्याने कुराणावर हात ठेवून शपथ घेतली, की इथून पुढे तो कोणत्याही संन्याशाला, सामान्य जनतेला त्रास देणार नाही व अन्यायाने, जुलूमजबरदस्ती करून कोणाचेही धर्मपरिवर्तन करणार नाही. त्यानंतर माहुलीमधील पूजापाठ, हिंदू धार्मिक कृत्यांवर घातलेले निर्बंध हटवले गेले.

गुरुदेवांनी मोठ्या मनाने त्या अधिकाऱ्याला क्षमा केली व स्वतःच्या हातांनी त्याच्या जखमांवर उपचार केला.

गुरू ईश्वराचे तारक रूप मानले जाते. आत्मज्ञान देऊन गुरू भवसागर पार करवून देतात. परंतु परिस्थितीशी तोच तारक कधी-कधी मारकाचे रूपसुद्धा धारण करतो. माणसाच्या उद्धारासाठी ईश्वराच्या या दोन्ही रूपांची आवश्यकता आहे. म्हणून या दोन्ही रूपांची उपासना आजही लोक करत आहेत.

खरा गुरू मनाच्या प्रत्येक विकाराच्या पलीकडे असतो. शिष्यांचा उद्धार करण्यासाठी त्यांना राग व्यक्त करावा लागला तरी तो सात्त्विक राग (रागाचा अभिनय) असतो.

जया मानला देव तो पूजिताहे। परी देव शोधूनि कोणी न पाहे।।
जगी पाहता देव कोट्यानुकोटी। जया मानली भक्ति जे तेचि मोठी।।१७८।।

अर्थ : माणूस ज्याला देव समजतो, त्याची पूजा करतो, अशा प्रकारे जगात करोडो देव तयार झाले आहेत. माणसाची ज्याच्यावर श्रद्धा असते त्या देवाला तो उच्चस्थानी ठेवतो. परंतु खऱ्या ईश्वराचा शोध कोणीही घेत नाही.

तात्पर्य : माणूस ईश्वराच्या मूर्तीला ईश्वर समजून त्याची पूजा-अर्चना, कर्मकांडे करतो व त्यालाच ईश्वरभक्ती मानतो. जितक्या जाती, धर्म, पंथ तितके ईश्वर माणसांनी बनवले आहेत व कोणाचा ईश्वर श्रेष्ठ यावरून वादविवाद करत राहिले आहेत. वास्तविक, ईश्वरतत्त्व एकच आहे जे संपूर्ण ब्रह्मांडाचा स्वामी आहे. आपल्या हृदयस्थानी (अंत:करण) राहून ईश्वराचा शोध घेणे हीच खरी भक्ती आहे.

तिन्ही लोक जेथूनि निर्माण झाले। तया देवरायासि कोणी न बोले।।
जगी थोरला देव तो चोरलासे। गुरूवीण तो सर्वथाही न दीसे।।१७९।।

अर्थ : ज्या ईश्वरापासून जग निर्माण झाले आहे त्याचा विचार कोणी करत नाही. तो सर्वश्रेष्ठ ईश्वर गुप्त (अव्यक्त) आहे. गुरुकृपेशिवाय त्याला जाणून घेणे असंभव आहे.

तात्पर्य : लोक ईश्वराच्या बाबतीत कल्पना करतात, की तो दूर कुठेतरी आकाशात विराजमान आहे व तिथून तो जगावर नियंत्रण ठेवतो. वास्तविक, ही कल्पनाच ईश्वराचा शोध घेण्यामधील अडथळा आहे. खरे पाहता ईश्वर म्हणजे हे ब्रह्मांड ज्याच्या उपस्थितीमुळे निर्माण झाले आहे ते चैतन्य आहे. ते गुप्त, अव्यक्त

नाही व ते कुठे आकाशातही बसलेले नाही. ते विश्वाच्या कणाकणांत सामावलेले आहे. सर्व देवी-देवता, सर्व वेदशास्त्रे, सर्व धर्मग्रंथ त्याच्यापासून उत्पन्न झाले आहेत. माणसाच्या सीमित बुद्धीने ही गोष्ट केवळ जाणता येते. परंतु याची अनुभूती होणे फक्त गुरुकृपेमुळेच संभव आहे.

■■■

१९

शिष्याची परीक्षा घेण्याच्या अनोख्या पद्धती

समर्थ रामदासांना लोकांची चांगली पारख होती. शिष्यांसाठी ते गुणपारखी गुरू होते. फक्त गुणांचीच नाही; तर शिष्यांची योग्यताही ते कठीण परीक्षांद्वारे पारखत होते.

एके दिवशी स्वामी थोडे त्रस्त झाले होते. शिष्यांनी त्यांच्याजवळ जाऊन याचे कारण विचारले. त्यांनी सांगितले, की त्यांच्या पायावर एक गाठ आली आहे. त्यांनी त्यांचा पाय कपड्याने झाकून ठेवला होता. शिष्यांनी गाठ बरी करण्याचा उपाय विचारताच ते म्हणाले, ''जर कोणी तोंडाने गाठ चोखली तर ती फुटेल व हलके वाटेल. त्यामुळे मला थोडा आराम वाटेल.''

हा उपाय ऐकून अनेक शिष्यांना शिसारी आली. गाठ इतकी मोठी होती की झाकलेल्या कपड्याच्या बाहेरूनसुद्धा तिचा आकार समजत होता. ती गाठ तोंडाने चोखण्याची कल्पनासुद्धा त्यांना करवत नव्हती. त्यामुळे काहीना काही बहाणे करून एकेक करून शिष्य तिथून निघून गेले.

कल्याणस्वामींना जेव्हा स्वामींच्या त्रासाबाबत कळले तेव्हा ते त्वरेने तिथे गेले व त्यांच्या पायाला बांधलेली पट्टी सोडू लागले. गुरूचे दुखणे दूर करण्यासाठी इतरांना किळसवाणे वाटणारे कामसुद्धा करण्यास ते तयार झाले.

कल्याणस्वामींनी पट्टी काढून बघितले तर पायाला कोणतीही गाठ नव्हती की एखादा फोडसुद्धा नव्हता. गुरुजींनी पायाला आंबा बांधून ठेवला होता. ते सगळ्या शिष्यांची परीक्षा घेत होते. कल्याणस्वामी त्या परीक्षेतसुद्धा पास झाले होते.

त्याच्याकडे पाहून हसत गुरुजींनी तो आंबा आशीर्वादाच्या रूपात भेट दिला. अशा प्रकारे शिष्यांची परीक्षा घेण्यासाठी ते वेगवेगळी शक्कल लढवत.

एखाद्या शिष्याला महंत पद द्यायचे असेल तर त्यासाठी एका वेगळ्या पद्धतीने ते शिष्याची परीक्षा घेत. त्या काळी ग्रंथ हस्तलिखित रूपात असायचे. कागद कच्चा असल्यामुळे ते बांधले (बाईंडिंग) जाऊ शकत नव्हते व ग्रंथाच्या पानांवर पृष्ठ क्रमांकही लिहिलेले नसायचे. ग्रंथाचे एकेक पान सुटे असायचे.

समर्थ रामदास आपल्या हातांनी ग्रंथाची सर्व पाने विखरून टाकायचे व ज्या शिष्याची परीक्षा घ्यायची असे त्याला ती पाने क्रमवार लावून ठेवण्यास सांगायचे. ज्याला संपूर्ण दासबोध पाठ असे तो पटपट सर्व पाने क्रमाने लावून ठेवत असे. मग त्याला महंत हे पद दिले जायचे.

समर्थ रामदास सांगत, जो कोणी दासबोधाचे फक्त पठण न करता तो समजून घेऊन त्यानुसार आचरण करेल त्याला मोक्ष प्राप्त होईल. ज्याच्याजवळ दासबोध आहे त्याला अन्य कोणत्याही गुरूची आवश्यकता नाही. हा ग्रंथच पूर्ण गुरू आहे.

एकदा त्यांनी कल्याणस्वामींना अनमोल रत्ने भेट म्हणून दिली व त्यांची माळ करून ती स्वतःच्या गळ्यात घालण्यास सांगितले. कल्याणस्वामींनी मोठ्या विनम्रतेने ही भेट नाकारली व म्हणाले, "ज्यांच्याकडे समर्थ रामदासांसारखा गुरू आहे त्यांना आणखी वेगळ्या रत्नांची काय आवश्यकता आहे?" रत्न निःस्वार्थ सेवेत बाधा आणतील हा बोध मनात ठेवून त्यांनी ती रत्ने समर्थांकडे परत दिली. शिष्याच्या वैराग्याची ती परीक्षा होती.

समर्थ रामदासांनी अनेक निर्धन मुलांना शिष्य करून घेतले व अनेक मार्गांनी त्यांचा उद्धार केला. शिष्यांनी कठोर साधना व निरंतरतेने अभ्यास केला पाहिजे, असे त्यांना वाटे.

आपल्या लेखनात सेवकधर्माचा अर्थ सांगताना ते म्हणतात –

- आळसामुळे जो स्वतःचे अहित करतो तो स्वतःचाच शत्रू असतो. आपल्या दुर्दशेला तो स्वतःच कारणीभूत असतो. स्वतःच्या दुर्दशेसाठी इतरांना दोष देण्याचा त्याला काही अधिकार नाही.
- जो सेवक आपल्यापेक्षा श्रेष्ठ असणाऱ्यांचे ऐकत नाही, स्वतःचा बडेजाव मिरवतो, श्रेष्ठींचे कार्य बिघडवून टाकतो, स्वतःचीच मनमानी करतो तो भ्रष्ट असतो. अखेर एके दिवशी धन-विद्या सर्व गमावून बसतो.

- जो फक्त दाखवण्यासाठी लोकांसमोर कार्य करतो; परंतु ज्याच्या मनात सेवाभाव नसतो, तो रिक्त हस्ते जातो.
- जो वडिलधाऱ्या (ज्येष्ठ) माणसांना विनाकारण अक्कल शिकवतो, त्यांच्याशी कपटाने व धूर्तपणे वागतो असा मूर्ख श्रेष्ठ पदावर पोहोचण्यास पात्र नसतो.
- जो कोणतीही अपेक्षा न करता (निष्काम सेवा) कार्य करतो त्याच्या उदरनिर्वाहाची चिंता साक्षात ईश्वर करतो.
- आधी निश्चय करणे व नंतर त्यावर विचार करणे, हे समजूतदारपणाचे लक्षण नाही. निर्णय घेण्यापूर्वी पूर्ण विचार करा.
- जिथे स्वार्थबुद्धी असते तिथे शुद्धी नसते आणि जिथे शुद्धी नाही, अशी सेवा दुःखाचे कारण बनते.
- स्वतःचा स्वार्थ साधण्याची कामना करणे, ज्याची सेवा करत आहात त्याच्या कार्यात विघ्न आणणे, हे खऱ्या सेवकाचे लक्षण नाही.
- शुद्ध सेवाभाव हे सेवकधर्माचे सत्त्व आहे.
- थोड्याशा लाभासाठी जो महान कार्य बिघडवून टाकतो तो स्वतःचे महत्त्व कमी करून घेतो व इतरांच्या निंदेस पात्र बनतो.
- जो सेवक स्वामींसमोर विश्वास असल्याचे दाखवतो, परंतु पाठीमागे शत्रूशी हातमिळवणी करतो, असा कपटी माणूस दुर्गतीला जातो.
- असा सेवक होऊ नका जो स्वामींसाठी आवश्यक बनून राहील. हे स्वामींच्या कार्यात अडथळा निर्माण करण्यासारखेच आहे.

सेवकधर्माशी निगडित या काही गोष्टी समर्थ रामदासांच्या साहित्यसागरातील काही थेंबांप्रमाणे आहेत. ते एक विद्वान, लेखक, कवी व राजनीतिज्ञ होते. त्यांच्या समृद्ध विचारधारेतून आलेले समर्थ साहित्य (वाङ्मय) त्यांच्या अमृतधारेसमान शब्दरचनेतून साकारलेले ग्रंथ आज चारशे वर्षांनंतरसुद्धा समाजाला ज्ञानाचा प्रकाश देत आहेत.

ज्ञान मिळणे पुरेसे नाही. ज्ञानामुळे अहंकार जागा होऊ शकतो. खऱ्या सेवेमुळे अहंकार विरघळतो. म्हणून आंतरिक शुद्धीसाठी सेवा अति आवश्यक आहे.

गुरु पाहता पाहता लक्ष कोटी। बहूसाल मंत्रावळी शक्ति मोठी।।
मनी कामना चेटके धातमाता। जनीं व्यर्थ रे तो नव्हे मुक्तिदाता।।१८०।।

अर्थ : जगात लाखो गुरू आहेत. त्यांना अनेक प्रकारच्या मंत्रशक्ती अवगत आहेत. परंतु ज्याचे मन इच्छांनी भरलेले आहे, जो जादूटोणा करतो वा शिकवतो असा माणूस गुरू म्हणून व्यर्थ आहे. असा गुरू कधी मुक्तिदाता होऊ शकत नाही.

तात्पर्य : गुरूच्या शब्दाची परिभाषा अतिशय अस्पष्ट आहे. ए पासून झेडपर्यंत अनेक प्रकारचे गुरू सांगता येतील. लोक शिक्षकांना किंवा प्रशिक्षकांनाही गुरू म्हणतात. मंत्र-तंत्र, अघोरी विद्या, योग-प्राणायाम शिकवणारे असे अनेक प्रकारचे गुरू आहेत. परंतु खरा गुरू तोच आहे जो लालसारहित व ज्ञानाने परिपूर्ण आहे, ज्याच्या ज्ञानामुळे माणसाचा आध्यात्मिक विकास होतो. असा गुरू मुक्तिदाता आहे, असे समर्थ रामदास म्हणतात.

नव्हे चेटकी चाळकू द्रव्यभोंदू। नव्हे निंदकू मत्सरू भक्तिमंदू।।
नव्हे उन्मतू वेसनी संगबाधू। जनीं ज्ञानिया तोचि साधू अगाधू।।१८१।।

अर्थ : जो जादूटोणा करत नाही, पैशांच्या लालसेने लोकांची फसवणूक करत नाही, जो कोणाची निंदा, मत्सर करत नाही, ज्याची भक्ती मंद नाही (दृढ आहे), जो उन्मत्त नाही, व्यसनी नाही, आपल्या संगतीत असलेल्याला जो कुमार्गाला नेत नाही, तोच खरा ज्ञानी आहे, महान साधू आहे.

तात्पर्य : या श्लोकामध्ये समर्थ रामदास साधुसंतांची लक्षणे सांगताना म्हणतात, ज्याने साधना करून विकारांवर विजय मिळवला आहे, तो साधू आहे. ज्याने तपस्या करून आपल्या वृत्ती शांत केल्या आहेत, तो संत आहे. जो विकार व वृत्तींपासून मुक्त झाला आहे, लोभ, अहंकार, द्वेष, लालसा, वासना यांचा त्याग करून जो सतत चेतनेच्या उच्चतम अवस्थेमध्ये स्थित आहे तो खरा गुरू आहे. ज्याच्या संगतीत मन विकाररहित होते, तो मुक्तिदाता आहे.

■■■

२०

निर्वाणाची समज

संपूर्ण जीवन समाजजागृतीचे व धर्मप्रचाराचे कार्य केल्यानंतर समाजाला अमूल्य अशा ग्रंथांची भेट देऊन, वयोमानानुसार रामदासांचे शरीर थकून गेले होते. काही काळानंतर हे शरीर त्यागण्याची वेळ येणार आहे, याची त्यांना जाणीव झाली होती.

जीवनाचा संध्यासमय नामस्मरण करत, विश्राम घेत घालवण्यासाठी त्यांनी सज्जनगडाची निवड केली. प्राचीन काळी आश्वलायन ऋषी इथे राहत होते म्हणून सज्जनगडला 'आश्वलायन गड' म्हटले जात होते. गड हस्तांतरित होता-होता त्याचे नावही बदलले गेले. शिवाजी महाराजांनी आदिलशहाकडून हा गड जिंकून घेतला होता. त्या वेळी या ठिकाणी खूप अस्वले आढळायची म्हणून त्याचे नाव अस्वलगड होते.

समर्थ रामदास कायमस्वरूपी तिथे राहण्यास आले व त्या गडाचे नाव झाले 'सज्जनगड' म्हणजे सज्जनांचे निवासस्थान असलेला गड. शेवटची सहा वर्षे रामदास स्वामी तिथे राहिले. ज्या देवीची मूर्ती त्यांना अंगापूर गावानजीक कृष्णा नदीमध्ये सापडली होती त्या 'अंगलाईदेवी'ची स्थापना सज्जनगडावरील एका मंदिरात केली गेली. जोपर्यंत रामदासांच्या निवासासाठी मठाची इमारत उभी राहिली नव्हती तोपर्यंत त्यांच्या राहण्याची व्यवस्था या मंदिरात केली होती. इमारत बांधून पूर्ण झाल्यावर समर्थ रामदास तिथे राहायला गेले. ते त्यांचा बहुतेक वेळ ध्यानामध्ये व नामस्मरण करण्यामध्ये घालवत होते. अशी वर्षांमागून वर्षे सरत गेली.

अंतिम काळ येण्यापूर्वी काही दिवस आधी ते चाफळला गेले. तेथे रामनवमीचा उत्सव साजरा करून ते पुन्हा सज्जनगडला आले. आपल्या खोलीत प्रवेश करतेवेळी ते म्हणाले, ''आता फार थोडा काळ इथे निवास आहे.''

आतापर्यंत शिवाजी महाराजांचा देहान्त झाला होता व त्यांचे पुत्र छत्रपती संभाजी महाराजांनी स्वराज्याची धुरा खांद्यावर घेतली होती. हळूहळू रामदासांनी खोलीच्या बाहेर येणे, लोकांना भेटणे बंद केले. त्यांच्या खोलीत फक्त उद्धवस्वामी व शिष्या आक्काबाई परवानगीशिवाय जाऊ शकत होते.

सज्जनगडाची हवा खूप थंड होती. म्हणून आक्काबाईने रामदासांच्या तब्बेतीच्या चिंतेपोटी त्यांना काही दिवस चाफळला राहण्याचा सल्ला दिला. परंतु चाफळला गेलो तर उपासकांचे लक्ष राम उपासनेपासून दूर होईल व माझ्याकडे लागेल असा विचार करून ते म्हणाले, ''आता या शरीराचे जे काही व्हायचे असेल ते इथेच सज्जनगडावरच होईल.'' आणि त्यांनी चाफळला जाण्यास नकार दिला.

उद्धवस्वामींना त्यांच्या तब्येतीची काळजी वाटू लागली. त्यांनी अनुष्ठान करण्याची व एखाद्या वैद्याला बोलावण्याची त्यांना अनुमती मागितली. त्यावर रामदासांनी हसून उत्तर दिले, ''आयुष्यभर लोकांना शरीराचा मोह त्यागण्याचा उपदेश केला. यावरून उद्धवस्वामी तुम्ही काय शिकलात?''

आयुष्याच्या संध्यासमयी एखादा कोणी काही शंका विचारण्यासाठी आला तर ते म्हणत, ''सर्व काही सांगून झाले आहे. आता सांगण्यासारखे काही उरले नाही. आता राम जी बुद्धी देईल त्यानुसार करा.''

शेवटचे काही महिने त्यांनी अन्नग्रहण बंद केले. ते फक्त थोडे दूध घेत असत. अन्नाविना शरीर क्षीण झाले होते. अशा अवस्थेत असताना डोमगावाहून कल्याणस्वामी दासबोधाची हस्तलिखित प्रत घेऊन आले. ती तपासून रामदासांनी त्याला अनुमोदन दिले.

ते आपल्या शरीराचा त्याग करण्याची वेळ निश्चित करू लागले. तेव्हा एक अपूर्ण श्लोक पूर्ण करताना उद्धवस्वामींच्या मुखातून 'येणाऱ्या नवमीच्या दिवशी' असा उद्गार निघाला. समर्थांनी जाणले, की आता त्यांच्या शरीराचे जीवन फक्त पाच दिवसांचेच राहिले आहे.

त्या क्षणापासून त्यांनी अखंड रामनामाचा घोष सुरू केला. अष्टमीला अर्ध्या रात्रीत उठून त्यांनी एका श्लोकाद्वारे सांगितले, 'देवद्रोही म्हणजे जो ईश्वराची घृणा करतो त्याचा विनाश निश्चित आहे.' एवढे बोलून त्यांनी नामस्मरण सुरू ठेवले.

नवमीला त्यांच्या दर्शनासाठी खूप गर्दी जमली. परंतु त्यांनी कोणालाही त्यांच्याजवळ येण्याची परवानगी दिली नाही. पद्मासनात बसून त्यांनी आपली दृष्टी रघुवीराच्या मुखावर केंद्रित केली व ध्यानस्थ बसले. नंतर पलंगावरून खाली उतरले, पायात खडावा घातल्या व उत्तरेला तोंड करून जमिनीवर बसले. भक्तांनी त्यांना पलंगावर बसण्याची विनंती केली, त्यांना जमिनीवरून उठवून पलंगावर बसवण्याचा प्रयत्नही केला. परंतु दहा लोकांनी प्रयत्न करूनही ते त्यांना तिथून हलवू शकले नाहीत.

हे पाहून आक्काबाई घाबरल्या. समर्थ त्यांना म्हणाले, ''इतके दिवस ज्या आध्यात्मिक गोष्टी ऐकल्या त्यावरून काय समजले? या देहाचे ममत्व अजून सुटत नाही का?'' उत्तरादाखल आक्काबाई हात जोडून समर्थांना म्हणाल्या, ''या देहाची आसक्ती नाही. परंतु नंतर तुमचे सगुण दर्शन होणार नाही याचे खूप दुःख होत आहे.''

हे पाहून सर्वांच्या समाधानासाठी आपल्या देहान्ताच्या अनुषंगाने त्यांनी एक श्लोक म्हटला, ज्याचा आशय संक्षिप्त रूपात भीमस्वामींनी सांगितला आहे –

माझी काया आणि वाणी।
गेली म्हणाल अंतःकरणी।
परी मी आहे जगज्जीवनी। निरंतर।।
आत्माराम दासबोध। माझे स्वरूप स्वतःसिद्ध।
असता न करावा खेद। भक्त जनी।।

भावार्थ : माझे शरीर जरी राहिले नाही तरी मी गेलो असे समजू नका. मी निरंतरपणे सर्वत्र आहे. दासबोध माझा आत्मा आहे. ते माझे सिद्ध स्वरूप आहे. जोपर्यंत ते आहे तोपर्यंत वाईट वाटून घेऊ नका.

वास्तविक निर्वाण शरीराचे होते. शरीराचा त्याग करून जाणाऱ्या चेतनेची यात्रा पुढे चालू राहते. यामागे अशी जाणीव हवी, की शरीराचा मृत्यू म्हणजे अंत नसून फक्त एक टप्पा आहे. पुढे मृत्युउपरांत जीवन सुरूच राहते.

भक्तांच्या दुःखाचे हरण करण्यासाठी समर्थांनी त्यांना ही समज दिली व तीन वेळा मोठ्याने 'जय जय रघुवीर समर्थ' असे उच्चारण केले. गगनाला भेदून टाकणारा तो आवाज ऐकून तिथे उपस्थित असलेल्या भक्तांच्या अंगाचा थरकाप झाला.

एकाएकी सगळीकडे नि:शब्द शांतता पसरली. जणू त्या शांततेने संपूर्ण ब्रह्मांड व्यापून टाकले होते.

या नामघोषाबरोबर चैतन्याने देहाचा त्याग केला. समर्थ रामदास रामस्वरूप होऊन गेले... रघुवीर चैतन्यात विलीन झाले. प्रभू रामाच्या भक्तीच्या एका ग्रंथाचा एक अध्याय समाप्त झाला. तो दिवस होता – माघ वद्य नवमी सन १६८१. हा दिवस आता 'दासनवमी' म्हणून साजरा केला जातो.

ज्या ठिकाणी समर्थांनी समाधी घेतली त्याच्या बाजूच्या खोलीत एक खड्डा करून तिथे त्यांच्या देहाचे अंतिम संस्कार केले गेले. तीन दिवसांनंतर त्यांच्या देहाच्या राखेपासून एक पाषाण तयार झाला. ही समर्थ रामदासांची स्वयंभू (स्वतः प्रकट झालेली) समाधी आहे. या समाधीवर छत्रपती संभाजी महाराजांनी भव्य मंदिर उभारले.

असे मानले जाते, की सज्जनगडावर समर्थ रामदास आजही जागृत अवस्थेत आहेत. त्यांच्या दर्शनाची अंत:करणापासून इच्छा करणाऱ्यांना ते आपल्या भक्तीत सामावून घेतात. त्या ठिकाणी गेल्यावर दुर्जनसुद्धा सज्जन होतो. म्हणून तो गड 'सज्जनगड' म्हणून प्रसिद्ध आहे. दररोज कित्येक भक्त या ठिकाणी येऊन समाधीचे दर्शन घेतात. त्यांना गुरुकृपेची अनुभूती येते.

जय जय रघुवीर समर्थ।

भुते पिंड ब्रह्मांड हे ऐक्य आहे। परी सर्वही स्वस्वरूपी न साहे।।
मना भासले सर्व काही पहावे। परी संग सोडूनि सूखी रहावे।।१८७।।

अर्थ : पंचमहाभूते, जीव (जीवन) व ब्रह्मांड तिन्ही एकच आहे. परंतु शाश्वत परमसत्य सर्वांहून वेगळे आहे. म्हणून हे मना, जे काही दिसत आहे ते पाहा. परंतु त्यापासून अलिप्त राहून पाहा.

तात्पर्य : परमसत्य सर्वत्र असूनही ते निर्लिप्त आहे. जीव, जीवन, पंचमहाभूते या सर्वांचाच तो आधार आहे. पिंडापासून (शरीरापासून) ब्रह्मांडापर्यंत तेच चैतन्य सामावलेले आहे. जे-जे स्थूल आहे, ते-ते आभास आहे. कारण ते नश्वर आहे. म्हणून समर्थ रामदास म्हणतात, की जे दिसत आहे ते साक्षीभावनेने पाहा. त्यातच आनंद सामावलेला आहे.

> नव्हे जाणता नेणता देवराणा। न ये वर्णिता वेदशास्त्रां पुराणां।
> नव्हे दृश्य अदृश्य साक्षी तयाचा। श्रुती नेणती नेणती अंत त्याचा।। १९३।।

अर्थ : परमात्मा ज्ञानीही नाही आणि अज्ञानीही नाही. वेद व पुराणसुद्धा त्याचे वर्णन करण्यास सक्षम नाहीत. तो दृश्यही आहे व अदृश्यसुद्धा आहे. साऱ्या दृश्यांमध्ये तो अदृश्य साक्षी होऊन उपस्थित आहे. वेद-श्रुतीसुद्धा त्याच्या सीमा जाणू शकत नाहीत. (कारण तो असीम आहे.)

तात्पर्य : ईश्वर ही अवस्था ज्ञान, अज्ञान व विज्ञान याच्यापलीकडची आहे. वेद-पुराण व ईश्वराचे वर्णन करणारे शब्द त्याच्यापासून निर्माण झाले आहेत. म्हणून शब्दांमध्ये ईश्वराचे वर्णन करता येत नाही. त्या अवस्थेत जाऊन त्याला जाणता येते. तो अदृश्य असूनही प्रत्येक दृश्यात आहे. कारण सर्व दृश्ये त्याच्यापासून निर्माण झाली आहेत. ईश्वर निराकार, असीम आहे. सीमित बुद्धीद्वारे त्याला जाणता येत नाही.

दासबोध ग्रंथ - अल्प परिचय

मन, बुद्धी व शक्ती (शारीरिक सामर्थ्य) यांचे महत्त्व जाणून समर्थ रामदासांनी तत्कालीन समाजाला क्रियाशीलतेचा मंत्र दिला. संपूर्ण समाजाला, एकसंघ व कर्मनिष्ठ बनवण्याचे व्रत निभावणाऱ्या संत रामदासांनी आयुष्यभर आपल्या विचारांनी व वाणीने पूर्ण हिंदुस्थानात जागृती आणण्याचे कार्य केले.

जवळजवळ चारशे वर्षांपूर्वी त्यांच्या वाणीतून आलेले उपदेश काळाबरोबर ग्रंथरूपात अमर झाले आहेत. हे ग्रंथ आजही समाजाला ज्ञानाचा प्रकाश देत आहेत. संपूर्ण मानवी समाजाला सकारात्मकतेकडे घेऊन जाणारे हे ग्रंथ ईश्वरीय चैतन्याच्या अनुभूतीपेक्षा कमी नाहीत.

त्यांपैकी सर्वात महत्त्वाचा ग्रंथ म्हणजे ग्रंथराज दासबोध. दासबोध म्हणजे एका दासाला (रामदास) प्राप्त झालेला बोध (आत्मज्ञान). त्यांना प्राप्त झालेला बोध त्यांनी ग्रंथरूपात अमर केला. सांसारिक, पारमार्थिक, तसेच जीवनाच्या

सर्व पैलूंवर या ग्रंथात मार्गदर्शन केलेले आहे. म्हणून याला ग्रंथराज– ग्रंथांचा राजा असे म्हटले जाते. या ग्रंथाचे पठण करणाऱ्याला या बोधाचे अलौकिकत्व त्याने केलेल्या चिंतनाद्वारेच लक्षात येते.

या पुस्तकाच्या पुढील खंडात आपल्या दैनंदिन जीवनात उपयुक्त असलेले व काही आध्यात्मिक मार्गदर्शन करणारे निवडक भाग प्रस्तुत केले आहेत. हे समजून घेऊन याचे अनुकरण केले तर जीवनाचा स्तर उंचावण्यासाठी याची उपयुक्तता सिद्ध होईल.

■■■

खंड ६

दासबोध तत्त्व

(२१)

मूर्ख लक्षण सार

दासबोध ग्रंथाच्या 'मूर्खलक्षण' या समासात समर्थ रामदासांनी माणसाचे असे दुर्गण सांगितले आहेत, ज्यांच्यामुळे माणसाची गणना मूर्खात केली जाऊ शकते. संसारी माणसाला आध्यात्मिक विकासाच्या मार्गावर घेऊन जाण्यासाठी या ग्रंथाच्या समासाची रचना केली आहे, जेणेकरून माणूस मुक्तीच्या मार्गावरून चालू शकेल. या समासात सांगितलेल्या दुर्गुणांचा एखाद्याने त्याग केला तर तो मूर्खतेतून बाहेर पडेल व त्याचा आंतरिक व सामाजिक विकास होण्याची शक्यता निर्माण होईल.

मूर्खांची लक्षणे

- आपल्याहून श्रेष्ठ (वय, पद, ज्ञान, अधिकार व योग्यता) असलेल्या लोकांसमोर जो अहंकाराने वागतो, अधिकार नसताना अधिकार गाजवतो.
- जो स्वतःचीच प्रशंसा करतो, वडिलांचा मोठेपणा सांगून प्रभाव पाडतो.
- जो अकारण हसतो, इतरांनी दिलेल्या सल्ल्यांकडे कानाडोळा करतो, अनेकांचे शत्रुत्व घेतो.
- जो आपल्या हितचिंतकापासून दूर जाऊन त्रयस्थ (ज्यांचा उद्देश माहीत नाही असे) लोकांशी मैत्री करतो, इतरांचे अवगुण सांगत राहतो.
- जो स्वतःचा मान-अपमान स्वतःच्याच तोंडाने वर्णन करतो, ज्याचे मन व्यसनाधीन आहे.

- जो आळशी आहे, आजचे काम उद्यावर ढकलत राहतो, काही न करता नुसता आराम करण्यात ज्याला आनंद वाटतो.
- जो घरात मोठमोठ्या बाता मारतो व बाहेर बोलण्याची वेळ आली तर मूग गिळून गप्प राहतो.
- जो आपल्यापेक्षा श्रेष्ठ असणाऱ्यांच्या निकट राहतो. पण जर एखाद्याने काही उपदेश केला तर तो मानण्याची टाळाटाळ करतो.
- जो न ऐकणाऱ्यांना उपदेश देत राहतो, श्रेष्ठ व्यक्तींसमोर स्वतःची शेखी मिरवतो, चांगल्या लोकांना संकटात ढकलतो.
- विषयवासनांमध्ये आंधळेपणाने जो मर्यादांचे उल्लंघन करतो, त्यासाठी तो निर्लज्ज व उद्धट होतो.
- व्याधिग्रस्त होऊनही जो औषधे घेत नाही, व्याधी वाढवणाऱ्या गोष्टींवर संयम ठेवत नाही, जे मिळाले आहे त्याचा स्वीकार करू शकत नाही.
- पुरेशी माहिती नसताना जो अनोळखी प्रदेशात प्रवेश करतो, अनोळखी लोकांशी लगेच मैत्री करतो, पुराच्या पाण्याचा वेग व खोली जाणून न घेता त्यात उडी घेतो.
- एखाद्या ठिकाणी मान-सन्मान मिळाला तर वारंवार तिथे जातो व आपला सन्मान पणाला लावतो.
- जो एखाद्याला तो अपराधी नसतानाही शिक्षा देतो, लहानसहान गोष्टीतही कंजूषी करतो.
- जो बलहीन, ज्ञानहीन व शक्तिहीन असूनही मोठ्या गप्पा मारतो.
- जो घरात वाघ तर बाहेर मांजर होऊन राहतो.
- जो कोणाच्याही उपयोगी पडत नाही, उपकाराची फेड अपकाराने करतो व नुकसानीस कारणीभूत ठरतो. जो क्रियाशून्य असतो तरी अखंड बडबड करत राहतो.
- धन, ज्ञान, विद्या, सामर्थ्य यांपैकी काहीही नसताना जो वृथा अभिमान बाळगतो.
- ज्याचे दात, डोळे, नाक, शरीर व कपडे नेहमी अस्वच्छ असतात.
- जो रागीट आहे, अपमान सहन न झाल्याने आत्मघात करतो, ज्याची बुद्धी चंचल आहे.
- जो स्वकीयांना दुःख देतो, परंतु नीच व हीन लोकांसमोर दुबळेपणाने राहतो.

- जो फक्त स्वतःचाच विचार करतो, गरजवंताचा अपमान करतो, लक्ष्मीचा वास माझ्याकडे कायम राहणार आहे, असा ज्याला फाजील आत्मविश्वास असतो.
- जो फक्त आपल्या परिवाराचा विचार करतो, त्यासाठी ईश्वरालाही विसरून जातो.
- जसे द्याल तसे घ्याल, पेराल तसे उगवेल हे रहस्य ज्याला समजत नाही.
- दुर्जनांच्या संगतीत राहून जो मर्यादांचे उल्लंघन करतो, डोळे असून आंधळ्याप्रमाणे वागतो.
- ईश्वर, गुरू, आई-वडील यांचा जो विश्वासघात करतो.
- जो इतरांच्या सुखामुळे दुःखी होतो, इतरांना पीडा झालेली पाहून आनंदी होतो, हरवलेल्या गोष्टींचे दुःख करत राहतो.
- जो न विचारता सल्ला देतो, ज्याच्या बोलण्यात आदरयुक्त भाव नसतो. जो चुकीच्या गोष्टी जवळ बाळगतो.
- जो स्वतःचा सन्मान सांभाळत नाही, नेहमी उपहास करतो, त्याला कोणी हसले तर त्याचे त्याला वाईट वाटते.
- जो अवघड पैजा लावतो, खूप बडबड करतो. पण गरज असते तेव्हा बोलत नाही.
- ज्याला श्रेष्ठ लोकांची घृणा वाटते, अप्राप्य गोष्टींची मनात इच्छा धरतो, स्वतःच्याच घरात चोरी करतो.
- प्रपंचात जो दुःख भोगतो व त्यासाठी ईश्वराला दोषी ठरवतो, लोकांसमोर मित्रांचे दोष सांगतो.
- लहानसहान गोष्टींसाठीसुद्धा जो क्षमा करत नाही. चुका करणाऱ्याला रागावतो व स्वतः मात्र चुका करतो.
- जो स्वतःचे धन इतरांच्या भरवशावर ठेवतो, इतरांकडून धन मिळण्याची आशा धरतो, हीन लोकांची स्तुती करून त्यांना मोठेपणा देतो.
- दोन लोकांच्या वार्तालापामध्ये जो मधेच टोकतो व वरून भोळेपणाचा आव आणतो.
- जो नीच लोकांची सेवा करतो.
- ज्याचा पाळीव कुत्रा आज्ञाधारी नाही.
- जो स्त्रियांशी भांडतो, वादविवाद करतो.

- जो इतरांची भांडणे आवडीने बघतो, भांडणे सोडवण्याऐवजी त्याचा आनंद घेतो.
- जो पैसा मिळाल्यावर नातीगोती विसरून जातो.
- जो गोड बोलून इतरांकडून आपले काम करवून घेतो. परंतु तो कधी इतरांच्या उपयोगी पडत नाही.
- जो वाचन अर्धवट सोडतो.
- जो कधी वाचत नाही व इतरांनाही वाचू देत नाही व पुस्तके फक्त दाखवण्यासाठी व्यवस्थित लावून ठेवतो.
- जो मूर्खांच्या संगतीत राहतो.

मूर्खांची अनेक लक्षणे असून जी आजही तर्कसंगत आहेत. अशी निवडक लक्षणे या पुस्तकात सांगितली आहेत. आपल्यामध्ये काही लक्षणे आढळली तर ती काढून टाका, तरच हे वाचन सफल होईल.

■■■

२२

पढतमूर्ख लक्षण सार

बहुतांश लोक चरितार्थाचे साधन हा उद्देश समोर ठेवून शिक्षण घेतात. त्यातील काही जण आपल्या स्वार्थापोटी, लालसा व अहंकारामुळे मूर्खपणा करत राहतात. अशा लोकांकडे फक्त पुस्तकी ज्ञान असते. त्यांना समर्थ रामदास पढतमूर्ख म्हणजे शिकला-सवरलेला मूर्ख असे म्हणतात. अहंकार, दुराभिमान, स्वार्थ, लालसा, मत्सर हे अवगुण ज्ञानी माणसाला पढतमूर्ख बनवतात. या अवगुणांमुळे ज्ञानाच्या गोष्टींचा दुरुपयोग होतो. ज्याप्रमाणे शेणाने बरबटलेल्या भांड्यात खीर ठेवली तर खिरीला दुर्गंध येतो, ती खाण्यायोग्य राहत नाही, त्याप्रमाणे मन विकारांनी भरलेले असेल तर तो माणूस ज्ञान संपादन करण्यास पात्र नसतो. अशा माणसाला ज्ञान मिळाले तर त्याचा उपयोग तो स्वतःच्या स्वार्थासाठी करण्याची शक्यता असते.

अज्ञानी माणसाला समजावणे सोपे असते; पण 'मला माहीत आहे' असा अहंकार असणाऱ्याला समजावणे खूप कठीण काम आहे. कारण असे लोक माहितीला संपूर्ण ज्ञान समजतात. जोपर्यंत एखादा समर्थ गुरू त्यांच्या जीवनात येत नाही, त्यांना आरसा दाखवत नाही तोपर्यंत त्यांचा मूर्खपणा सुरूच राहतो.

पढतमूर्खांची लक्षणे

- ज्याच्या आचार, विचार, ज्ञान, कार्य व उद्दिष्ट यांमध्ये एकरूपता नसते.
- जो इतरांना ज्ञानाच्या गोष्टी सांगतो. स्वतः मात्र वासना व अभिमानाने लिप्त असतो.

- ज्ञान प्राप्त करूनही जो मनमानी (चांगल्या-वाईटचा विचार न करता) करतो.
- ज्याला सगुणभक्ती व्यर्थ वाटते.
- शिष्यावर संकट येईल अशी आज्ञा जो आपल्या शिष्याला देतो.
- जो चुकीच्या इच्छा बाळगतो, ज्याला स्वतःच्या ज्ञानाचा अभिमान असतो.
- जो आपल्या धर्माचा अनादर करतो, त्याची निंदा करतो.
- ज्याला सर्वांमध्ये दोष दिसतो, जो सर्वांना दोष देत राहतो, लोकांमधील न्यूनगंड शोधत राहतो.
- जो गुरूची अवज्ञा (आज्ञा पाळत नाही) करतो, आपल्या वाणीद्वारे इतरांचे मन दुखावतो.
- ज्याचे मन कपटी आहे, जो एखाद्याच्या धनाकडे पाहून त्याची प्रशंसा करतो, त्याच्यावर मोहित होतो.
- जो संपूर्ण ग्रंथ न वाचता त्यातले दोष दाखवतो, एखाद्याचे गुण विचारले असता अवगुण सांगतो.
- ज्याचे मन मत्सरग्रस्त असते, द्वेषभावनेने जो एखाद्याचे वाईट चिंततो, जो नीती, न्याय मानत नाही.
- ज्याचे आपल्या रागावर नियंत्रण नाही, तो जे बोलतो त्याप्रमाणे करत नाही.
- जो काही अधिकार नसताना ज्ञान देतो, आवश्यकतेपेक्षा जास्त बोलतो, समजण्यास कठीण अशी भाषा वापरतो.
- जो आपल्या बेताल वाणीने समोरच्याला कुरूप बनवतो.
- जो इतरांमधले दोष पाहतो. पण तेच दोष आपल्यातसुद्धा आहेत, हे ज्याला समजत नाही.
- जो अभ्यासूपणाच्या गुणामुळे बरेच काही जाणतो. पण त्याचा उपयोग कधीही इतरांच्या भल्यासाठी करत नाही.
- जो लोभापायी प्रपंचात अडकून पडतो.
- जो निंदनीय वस्तूंचा वापर करतो.
- जो ईश्वराला विसरून देहबुद्धीत (स्वतःला शरीर मानून) सारे जीवन व्यतीत करतो.
- जो धनवान झाल्यावर इतरांना तुच्छ लेखतो.
- जो ज्ञानाचा उपयोग करून इतरांचे भविष्य सांगण्याचा प्रयत्न करतो.
- जो योग्यता नसताना वक्ता होतो.

- जो भक्तिहीन आहे, प्रापंचिक मोहात अडकला आहे. परंतु वाणीने ब्रह्मज्ञानाच्या (आत्मज्ञानाचा गोष्टी/ आध्यात्मिक ज्ञान) गोष्टी सांगतो.
- ज्याच्या मनात भक्ती नाही, ज्ञान नाही, जो पवित्र कुळात जन्म घेऊनही अपवित्र कार्य करतो.
- जो कधी काही म्हणतो; करतो मात्र काही वेगळेच.
- तो दिवस-रात्र श्रवण करतो; पण आपल्या अवगुणांचा त्याग करत नाही, आपले हित कशात आहे, हे त्याला समजत नाही.
- समोर बसलेल्या श्रेष्ठ माणसाकडे पाहून न पाहिल्यासारखे करत जो तिथे उपस्थित असलेल्या हीन, मूर्ख माणसाशी वार्तालाप करत राहतो.
- जो आपला आदर करत नाही अशा माणसाकडून पुन्हा आदराची अपेक्षा जो करतो.
- जो धनाच्या लालसेपोटी गुरूची उपेक्षा करतो.
- जो आपल्या स्वार्थासाठी ज्ञानाचा उपयोग करतो, पैशासाठी परमार्थ पणाला लावतो.
- प्रपंचाला चिकटून राहण्यात जो सुख मानतो.

जर तुमच्यामध्ये असे काही अवगुण असतील तर ते काढून टाका व आंतरिक अवस्था निर्मळ बनवून खरे ज्ञान घेण्यास स्वतःला पात्र बनवा.

■■■

२३

उत्तम लक्षण सार

सज्जन होण्यासाठी कोणते गुण, कोणत्या सवयी आवश्यक आहेत, कोणाला आदर्श मानावे, हे या भागात समर्थ रामदास सांगतात. माणसाच्या आध्यात्मिक विकासासाठीसुद्धा हे गुण आवश्यक आहेत. जेव्हा आपण आपल्या अवगुणांचा स्वीकार करून ते काढून टाकण्याचा निर्णय घेतो तेव्हा ते आध्यात्मिक उन्नतीचे पहिले पाऊल ठरू शकते.

आत्मावलोकन हा अध्यात्माचा महत्त्वपूर्ण विषय आहे. त्यामुळे अवगुण दूर सारून गुणांचा अंगीकार करणे सोपे होते. असेच काही उत्तम गुण आपण या भागात जाणणार आहोत, जे व्यावहारिक जीवनाबरोबर आंतरिक विकासासाठीसुद्धा उपयुक्त आहेत.

उत्तम लक्षण

- रस्त्यांची पूर्ण माहिती न घेता प्रवास सुरू न करणे
- ज्या फळांची माहिती नाही, जी अपरिचित आहेत अशी फळे न खाणे, रस्त्यावर पडलेली अनोळखी गोष्ट न उचलणे
- वादविवादापासून दूर राहणे
- एखाद्याचे चारित्र्य जाणून न घेता त्याच्याशी नातेसंबंध प्रस्थापित न करणे
- समजून-उमजून बोलणे
- पूर्ण विचार करून एखादे काम करणे

- कोणतेही कार्य नीती-अनीतीचा विचार न करता सुरू न करणे
- नेहमी आपल्या मर्यादांचे पालन करणे
- जिथे प्रेम नाही तिथे क्रोधही न करणे
- चोर, धोकेबाज लोकांशी ओळख न ठेवणे
- रात्रीच्या वेळी अचानक प्रवासाला न निघणे
- साधेपणाची वर्तणूक ठेवणे (निर्मळ मनाने वागणे)
- चुकीच्या मार्गाने संपत्ती न जमवणे
- नीतिमार्गाचा त्याग न करणे
- कोणाची निंदा, द्वेष न करणे
- चुकीच्या लोकांची संगत न धरणे
- इतरांची संपत्ती न लाटणे
- वक्त्याला प्रश्न विचारून भंडावून न सोडणे
- एका संघात राहणाऱ्यांमध्ये कलह निर्माण न करणे
- कोणत्याही परिस्थितीत अभ्यास करणे न सोडणे
- भांडकुदळ लोकांच्या वादविवादात न पडणे
- मनावर झालेले उत्तम संस्कार न पुसणे
- चांगल्या गोष्टी शिकण्यासाठी नेहमी तत्पर असणे
- स्वतःचा रुबाब दाखवण्यासाठी खोटे न बोलणे
- चांगल्या कार्याचे 'मी केले' असे सांगून श्रेय न घेणे
- दिलेले वचन न विसरणे
- आपल्या शक्तीचा उपयोग योग्य वेळी व योग्य ठिकाणी करणे
- आपल्या अपयशाचा दोष इतरांना न देणे
- आळस झटकून टाकणे
- चुगली न करणे
- एखादे कार्य पूर्ण माहिती जाणून घेऊन करणे
- शरीराला आवश्यकतेपेक्षा जास्त आरामाची सवय न लावणे
- निरंतर प्रयास करणे
- मेहनत करण्यासाठी चुकारपणा न करणे
- लोकांसमोर अनावश्यक गप्पा मारत न बसणे
- गरजेपेक्षा जास्त चिंता न करणे

- केलेले उपकार न विसरता त्याची परतफेड करणे
- एखाद्याचा विश्वासघात करून त्रास न देणे
- उदारपणा न सोडणे
- आत्मनिर्भर होणे
- दुष्ट, दुर्जन माणसाकडून कर्ज न घेणे, त्याच्याशी आर्थिक व्यवहार न करणे
- पुरावा, साक्षीदार असल्याशिवाय कोर्टात न जाणे (एखाद्यावर आरोप न करणे)
- जिथे आपल्या बोलण्याचा मान राखला जात नाही तिथे मौन राहणे
- आपल्या शक्तीचा उपयोग दुर्बलांवर न करणे
- गरजेपेक्षा जास्त न खाणे, दुष्टांच्या संगतीत जास्त काळ न घालवणे
- स्वत:ची कीर्ती स्वत:च्याच तोंडाने न सांगणे
- चुगली करणाऱ्याशी मैत्री न करणे
- कोणतेही कामकाज न करता बसू न शकणे
- जीवन जगण्यासाठी वडिलांवर अवलंबून न राहणे
- अनीतीने न वागणे, एखाद्याची त्याच्या पाठीमागे निंदा न करणे
- एखाद्याला मदत करण्याची संधी न सोडणे
- जो चूक कबूल करतो त्याला क्षमा करणे
- श्रेष्ठ लोकांशी वागताना मर्यादांचे पालन करणे
- मूर्खांशी मैत्री न करणे
- कामचोरपणा न करणे
- समजून-उमजून जबाबदारी उचलणे
- क्षमाशील असणे
- गुरूच्या सान्निध्यात (गुरूच्या आज्ञेत) राहणे
- सत्याच्या मार्गावरून न हटणे
- खोटा अभिमान नसणे

जो उत्तम लक्षणांनी युक्त नाही तो 'अवलक्षणी' (अवगुणी) आहे, असे समर्थ रामदास म्हणतात. मूर्खलक्षणे व पढतमूर्ख लक्षणे यावरून माणसाने कसे नसावे, याचे ज्ञान मिळते तर उत्तम लक्षणांमुळे माणसाने कसे असायला हवे, याचा आदर्श समोर येतो. आपल्यामध्ये उत्तम लक्षणे असतील तर ती वृद्धिंगत करा व नसतील तर त्यांचा अंगीकार करून आपले जीवन समृद्ध बनवा.

■■■

२४

शिष्य लक्षण व गुरू लक्षण सार

गुरू कितीही ज्ञानी असले तरी शिष्याची ज्ञान ग्रहण करण्याची, ज्ञान सांभाळून ठेवण्याची पात्रता नसेल त्याला ज्ञानाचा काहीही लाभ होत नाही. गुरू म्हणजे ज्ञानाचे बीज असते. शिष्य आपल्या साधनेच्या रूपात त्याचे सिंचन करतो, त्यानंतर त्याच्या जीवनात आत्मबोधाचा वृक्ष फळतो. परंतु ज्या जमिनीत (शिष्य) ते बीज पेरले जाते त्या जमिनीची गुणवत्ता कशी असायला हवी, यावर समर्थ रामदासांनी 'शिष्यलक्षण' या समासात मार्गदर्शन केले आहे. उत्तम प्रतीचे बियाणे पेरले गेले. पण त्याला पाणीच घातले नाही तर ते अंकुरीत कसे होणार? म्हणून समर्थ रामदासांनी उत्तम शिष्याची लक्षणे सांगितली आहे.

याउलट, जमीन सुपीक असेल, परंतु त्यात पेरले गेलेले बियाणे कमी प्रतीचे असेल तरी चांगले पीक येणार नाही. यासाठी गुरूची योग्यताही उच्च असायला हवी. समर्थ रामदास गुरूची लक्षणे सांगताना म्हणतात, 'सम्मोहन विद्या, जादूटोणा, मंत्र सांगणारी अनेक करामती माणसे असतात. परंतु त्यांना सद्गुरू म्हणता येणार नाही. कारण ते मोक्ष प्राप्त करून देऊ शकत नाहीत. संगीत, गायन, नृत्य शिकवणारेसुद्धा असंख्य लोक आहेत. स्वत:चा उदरनिर्वाह चालवण्यासाठी अनेक जण वेगवेगळ्या प्रकारच्या विद्या, कला शिकवतात. पण ते फक्त गुरू असतात, सद्गुरू नाही. जो मोक्षाच्या मार्गावर घेऊन जातो तो सद्गुरू आहे.'

लोक म्हणतात, 'आई-वडील आमचे आद्य गुरू आहेत.' परंतु भवसागर पार करवून देण्याची क्षमता फक्त सद्गुरूंमध्यचे असते. सद्गुरू कोणाला म्हणावे

यावर दासबोधामधील 'गुरुलक्षण' या अध्यायात मार्गदर्शन केले आहे. या भागात शिष्य व गुरू यांची लक्षणे समजून घेऊ.

शिष्य लक्षण

- जो निरंतरतेने सत्संगात जातो, अपुऱ्या ज्ञानाच्या आधारे अहंकार दाखवत नाही.
- ज्याचा गुरुवचनांवर पूर्ण विश्वास आहे, जो गुरुप्रती पूर्णपणे समर्पित आहे.
- ज्याचे मन निर्मळ आहे, जो आचरणशील आहे, ज्याच्यात वैराग्यवृत्ती आहे.
- जो निष्ठावान आहे, जो विश्वासपात्र आहे, जो नियमांचे पालन करतो.
- जो सतत दक्ष (सतर्क) असतो, ज्याचे काही नियोजित उद्दिष्ट आहे, जो धैर्यशील व निःस्वार्थी आहे.
- जो परमार्थासाठी नेहमी तत्पर असतो, ज्याच्या मनात कोणाविषयी मत्सर नसतो.
- जो शुद्ध आहे (मनाने निर्मळ, निष्कपट).
- जो प्रज्ञावान आहे, ज्याचे मन प्रेमाने भरलेले आहे, जो नीतिवान आहे, जो नेहमी मर्यादांचे पालन करतो.
- जो बुद्धिवान आहे, जो विचारी आहे, जो हिताचे सल्ले देतो.
- जो साहसी व दृढनिश्चयी आहे, जो पुण्यकर्म करतो.
- जो सत्त्वगुणी असून भक्तिभावाने युक्त आहे, जो साधक आहे.
- जो परमार्थ करतो व जो परमार्थासाठी प्रोत्साहन देतो.
- जो स्वतंत्र आहे, जगन्मित्र आहे, ज्याची पात्रता उच्च आहे, जो सर्व गुणांनी युक्त आहे.
- ज्याच्या मनात सद्भावना आहेत, जो विद्येचा योग्य उपयोग करतो.
- जो विवेकशील आहे, सांसारिक दुःख ज्याला समजते, जो मोक्षप्राप्तीसाठी आग्रही आहे.

गुरू लक्षण

- जो आत्मज्ञानाचा उपदेश देतो, अंधकाराकडून प्रकाशाकडे घेऊन जातो, जो जिवाचे परमात्म्याशी (ईश्वर, चैतन्य) मिलन घडवतो.
- जो जिवा-शिवाची भेट घडवतो, ज्याच्या ज्ञानामुळे अद्वैतभाव (भक्त व ईश्वर वेगवेगळे असतात हा विश्वास) समाप्त होतो.
- जो संकटकाळात तारणहार होतो.

- जो मायेच्या जाळ्यातून मुक्त करतो, प्रापंचिक दु:खातून मुक्त करतो.
- विषयवासनेत बुडालेल्या माणसाला जो बाहेर काढतो, त्याचा उद्धार करतो.
- जो ज्ञान देऊन इच्छांपासून मुक्त करतो, जन्म-मृत्यूच्या फेऱ्यातून सोडवतो.
- जो शब्दांच्या जंजाळातून बाहेर काढून सत्याचे दर्शन घडवतो.
- ज्याप्रमाणे आई आपल्या मुलाला घास भरवते त्याप्रमाणे जो वेद-वेदान्ताचे ज्ञान शिष्याला सोपे करून सांगतो.
- जो साऱ्या शंकांचे निरसन करतो, स्वधर्माचा आदर करायला शिकवतो.
- जो शिष्याला इंद्रियलालसेतून मुक्त करतो.
- जो ज्ञान देऊन समस्त अविद्येचा (अज्ञान) नाश करतो.
- ज्याला धनाचा लोभ नाही, ज्याचे मन कामनारहित आहे अशी अद्‌भुत व्यक्ती सद्‌गुरू आहे.
- जो शुद्ध आत्मज्ञानी आहे, ज्याला स्थूल-सूक्ष्माचे ज्ञान आहे.
- ज्याच्या वाणीमुळे निराशा व दुराशा (हीन कामना) यांचा नाश होतो.
- जो गुरूच्या मर्यादेचा सन्मान राखतो.

■■■

२५

रजोगुण लक्षण सार

माणसाच्या शरीरात तीन मुख्य गुण असतात : रजोगुण, तमोगुण व सत्त्वगुण. माणसाचे हावभाव, बोलणे, चालणे, वर्तणूक, स्वभाव यांवरही गुणांचा परिणाम होतो. जो गुण प्रभावी असतो त्यानुसार त्या माणसाचे जीवनमान ठरते. कालानुसार, परिस्थितीला अनुसरून हे गुण कमी-जास्त प्रमाणात दिसून येतात. या तिन्ही गुणांमध्ये तमोगुण हीन दर्जाचा आहे, रजोगुण शक्तिशाली आहे व सत्त्वगुण शुद्ध व सर्वात उत्तम गुण आहे.

समर्थ रामदासांनी दासबोधामध्ये तीन गुणांची लक्षणे सांगितली आहेत. एकेक करून या गुणांबाबत जाणून घेऊन आत्मविकास करा. जर तुम्ही तमोगुणी असाल तर रजोगुणी बनण्याचा प्रयत्न करा, रजोगुणी असाल तर पुढे सत्त्वगुणी बना. कारण या तीनही गुणांच्या पलीकडे जाऊन गुणातीत अवस्था प्राप्त करणे हा जीवनाचा मूळ उद्देश आहे. एकेका अध्यायात या गुणांची लक्षणे समजून घ्या.

जेव्हा आपल्या इच्छा, कामना, महत्त्वाकांक्षा आपल्याकडून कार्य करवून घेतात तेव्हा रजोगुण प्रभावी असतो. रजोगुण माणसाला आंधळ्या माणसाप्रमाणे पळवतो व प्रापंचिक गोष्टींपलीकडे त्याच्या मनात इतर कोणते विचार येत नाहीत. समर्थ रामदास म्हणतात, रजोगुणी माणूस जन्म-मृत्यूच्या फेऱ्यात अडकून राहतो. ज्याला आध्यात्मिक विकास करायचा आहे, त्याने रजोगुणावर ताबा मिळवणे आवश्यक आहे.

रजोगुणाची लक्षणे

- 'माझं घर, माझा संसार, माझा परिवार' एवढाच विचार करणारा, ईश्वराची आठवण न करणारा.
- जो फक्त आई-वडील, पत्नी, सून, मुलगी यांचीच चिंता करतो.
- जो फक्त खाणे-पिणे, कपडे व इतर भौतिक गोष्टींचाच विचार करतो.
- जो कधी जप-ध्यान करत नाही, दानधर्माचा कधी विचार करत नाही, चांगल्या-वाइटाची कधी पर्वा करत नाही.
- ज्याच्या मनात नेहमी चुकीचे विचार असतात.
- ज्याला धनाविषयी खूप आसक्ती असते, जो नेहमी धनसंचय करण्याच्या प्रयत्नांत असतो.
- मी सुंदर, मी शक्तिवान, मी चतुर, मी सर्वात श्रेष्ठ असा जो विचार करतो.
- ज्याला स्वतःकडच्या गोष्टींचा अभिमान वाटतो.
- फक्त माझेच भले व्हावे, असा जो विचार करतो.
- ज्याच्या मनात कपट, मत्सर, विषयवासना व इतरांप्रति हीन भावना असतात.
- जो लोभी असतो.
- जो प्रापंचिक चिंतेत गढून जातो.
- जो सतत भूतकाळ आठवत राहतो, गेलेले दिवस चांगले होते असे म्हणत वर्तमानात दुःखी राहतो.
- इतरांच्या धनाविषयी ज्याला लालसा असते व ते न मिळाल्यास जो दुःखी होतो.
- जो मनोरंजनात व्यस्त राहतो, व्यसनाधीन राहतो, व्यसन करून कलह माजवतो.
- जो जुगार खेळतो, नाटकीपणा करतो.
- ज्याला हीन लोकांची संगत आवडते, ज्याचे विचार अपराध्यांशी मिळतेजुळते असतात.
- जो इतरांचे दोष व उणिवा काढण्यात आनंद मानतो.
- जो फक्त उदरनिर्वाह करण्यासाठी सगळे प्रयास, काम करतो.
- जो स्वतःच्या शरीराच्या कोडकौतुकात मग्न राहतो, ज्याला निरनिराळ्या पदार्थांची आसक्ती असते.
- ज्याला शृंगार रस आवडतो, भक्ती-वैराग्य इत्यादी गुण ज्याला आवडत नाही.
- ज्याला फक्त भौतिक गोष्टी आवडतात, ज्याचे ईश्वरावर प्रेम नसते.

रजोगुणातून बाहेर पडणे लोकांना अवघड वाटते. कारण त्यांच्या आजूबाजूचे बरेचसे लोक अशाच प्रकारचे जीवन कंठत असतात. ईश्वरभक्ती, प्रपंचाबद्दल अनासक्ती हे भाव रजोगुणातून बाहेर पडायला मदत करतात. परंतु ज्या लोकांमध्ये याचा अभाव आहे, त्यांनी कमीत कमी ईश्वराचे नामस्मरण तरी करावे, ईश्वराचे भजन गावे, असे समर्थ रामदास सांगतात.

ईश्वर अनादी, अनंत आहे. त्याच्यावरचा पूर्ण विश्वासच मायेच्या जाळ्यातून मुक्त करू शकतो. म्हणून प्रपंचात राहून आपली कर्तव्ये पार पाडत ईश्वरभक्ती, उपासना करणे हा गुणातीत अवस्थेपर्यंत पोहोचण्याचा मार्ग आहे.

■■■

२६

तमोगुण लक्षण सार

माणसाच्या आध्यात्मिक विकासामध्ये तमोगुण फार मोठा अडथळा आहे. अहंकार तमोगुणाचे सर्वात शक्तिशाली मूळ आहे. अहंकाराला धक्का लागला की माणसाला राग येतो आणि राग हे तमोगुणाचे सर्वात मोठे लक्षण आहे. क्रोधाबरोबर लालसा, द्वेष, ईर्ष्या, तिरस्कार, आळस व विवेकाचा अभाव या अवगुणांचे तमोगुणींमध्ये प्राबल्य असते. तमोगुण माणसाच्या अध:पतनाचे कारण आहे. कारण तमोगुणांमुळे त्याच्याकडून जी कर्मे होतात त्याचे फळ त्याला आयुष्यभर भोगावे लागते. ज्यांना आयुष्यात भौतिक व आध्यात्मिक विकास साधायचा आहे, त्यांनी तमोगुणातून बाहेर येणे अति आवश्यक आहे.

तमोगुणाची लक्षणे

- प्रपंचात दु:ख आले, इच्छांमध्ये बाधा आली तर जो रागावतो.
- ज्याचे स्वत:च्या रागावर नियंत्रण नाही, जो आजूबाजूच्या लोकांवर, नातेवाइकांवर रागावतो.
- राग आल्यावर ज्याची वागणूक राक्षसी असते.
- जो शस्त्राचा उपयोग करून स्वत:वर अथवा इतरांवर वार करतो.
- ज्याला युद्धाची दृश्य पाहणे, युद्धभूमीवर जाणे, युद्ध करणे आवडते.
- ज्याचे मन नेहमी भ्रमित असते, जो आपला निश्चय पूर्ण करू शकत नाही, जो आळशी आहे, आवश्यकतेपेक्षा जास्त झोपतो.

- जो गरजेपेक्षा जास्त खातो, गोड असो वा कडू ज्याला याच्याने काही फरक पडत नाही, जो मूर्ख आहे.
- ज्याच्यावर प्रेम असते त्याच्या मृत्यूनंतर जो आत्मघातास प्रवृत्त होतो.
- ज्याला जनावरांना, किडे-मुंग्यांना मारायला आवडते, ज्याच्यामध्ये करुणाभावाचा अभाव आहे.
- जो स्त्रिया व लहान मुलांवर अत्याचार करतो, धनाच्या लालसेने एखाद्याचा जीवही घेतो.
- जो व्यसनी आहे, ज्याच्या मनात इतरांचा खून करण्याचे विचार येतात.
- जो कपटाने इतरांचा घात करतो, ज्याचे वागणे नेहमी उद्धटपणाचे असते.
- ज्याला भांडणे आवडतात, ज्याची वृत्ती मारझोड करण्याकडे असते.
- ज्याच्या मनात भक्तिभाव नसतो व ज्याला भक्ती करणाऱ्यांप्रति मत्सर वाटतो.
- फळे, फुले आलेली झाडेझुडपे तोडण्याची, त्यांचे नुकसान करण्याची ज्याची वृत्ती असते.
- ज्याला सत्कर्माची आवड नाही, ज्याची कर्म दोषयुक्त असतात, जो पापकर्म करण्यास घाबरत नाही.
- जो सज्जनांना त्रास देतो, प्राणिमात्रांना क्लेश देतो, जाणूनबुजून चुका करतो.
- जो आग लावण्याचे काम करतो, इतरांना घाबरवण्यासाठी शस्त्राचा उपयोग करतो, इतरांवर विषप्रयोग करतो.
- इतरांची पीडा पाहून ज्याला आनंद वाटतो, जो कठोरपणाने वागतो.
- जो आपल्या धनाचा उपयोग इतरांना त्रास देण्यासाठी करतो, ज्याच्या मनात दयाभाव नसतो.
- ज्याला ईश्वराचे प्रेम नसते, भक्ती, शास्त्रांचे ज्ञान ज्याला आवडत नाही.
- जो धर्मभ्रष्ट असतो.
- ज्याला श्रेष्ठ लोकांचा उपदेश आवडत नाही, एखाद्याने उपदेश केला तर जो रागावतो.
- जो काहीही न करता नुसता खाऊन-पिऊन मजा करतो.
- ज्याचे वागणे अनीतिपूर्ण असते, जो जादूटोणा, काळी जादू शिकण्यात रुची दाखवतो.

■■■

- जो अघोरी, क्लेशकारक नवस बोलतो (उदाहरणार्थ, नवस पूर्ण झाला तर पाठीत खिळे टोचून घेणे, पेटत्या निखाऱ्यावर चालणे, स्वतःची जीभ छाटणे इत्यादी.).
- ज्याच्या मनात वारंवार आत्मघाताचे, स्वतःच्या शरीराची हत्या करण्याचे विचार येतात.
- जो हट्टीपणा करून एखाद्या गोष्टीसाठी अडून राहतो.
- जो आपल्या शरीराला क्लेश देणारी व्रते करतो, जो धूम्रपान करतो.
- जो आपल्या शारीरिक स्वास्थ्याची काळजी घेत नाही, ज्याची नखे वाढलेली असतात, केस विसकटलेले असतात.
- जो क्रोधामुळे स्वतःच्याच शरीराला पीडा देतो व नंतर पस्तावतो, राग आला असेल तेव्हा अविवेकीपणाने वागतो.
- जो रागाच्या भरात ईश्वराचीसुद्धा निंदा करतो, ज्याचे मन वासनांनी व दुर्भावनांनी ग्रस्त असते, ज्याला दुर्जनांची संगत आवडते.

यांपैकी एकतरी लक्षण आपल्यात आहे असे तुम्हांला वाटत असेल तर आळस न करता त्वरित ते दूर करा. तमोगुणातून बाहेर पडून कमीत कमी रजोगुणापर्यंत जाण्याचा प्रयत्न करा.

२७

सत्त्वगुण लक्षण सार

माणसाच्या युद्ध करण्याच्या प्रवृत्तीला तमोगुण मानले जाते. परंतु तेच युद्ध सत्यासाठी, एखाद्याच्या रक्षणासाठी किंवा दुष्टांचा विनाश करण्यासाठी केले असेल तर ते सत्त्वगुण लक्षण समजले जाते. इतरांच्या भल्यासाठी केलेले अव्यक्तिगत कार्य खूप महत्त्वपूर्ण आहे; मग ते युद्ध का असेना!

सत्त्वगुण हा शुद्ध गुण आहे. म्हणजे सत्त्वगुणी माणसाच्या मनात कपट, ईर्ष्या इत्यादी विकारांची भेसळ नसते. सत्त्वगुणी माणूस मननशील असतो. त्याचे वागणे विवेकपूर्ण असते. विकाररहित असलेल्या निर्मळ मनाला साधनेचा मार्ग गवसतो तेव्हा त्याच्यात आत्मज्ञान जागृत होते. सत्त्वगुणी माणसामध्ये पुढे प्रगती करून गुणातीत अवस्था प्राप्त करण्याची शक्यता असते. म्हणून अध्यात्माच्या मार्गावर सत्त्वगुणांचे खूप महत्त्व आहे. सत्त्वगुणी माणूसच अव्यक्तिगत प्रेम करू शकतो. इतरांचे मंगल करण्याच्या भावनेने भारलेला माणूस त्यांच्या आनंदात आनंद प्राप्त करतो. सत्त्वगुणांनी युक्त असलेला माणूस दुर्लभ असतो. ज्याच्या जीवनात सत्त्वगुणी माणूस येतो त्याचे जीवन आपोआप बदलू लागते.

सत्त्वगुणाची लक्षणे

- ज्याच्या उपस्थितीत प्रेम, आनंद व शांतीच्या लहरी तरंगित होतात.
- जो अज्ञानाचा नाश करण्यास निमित्त ठरतो, ज्याच्या संगतीत परमार्थाचा मार्ग सहज व सरळ होतो.

- जो ईश्वरावर प्रेम करता-करता आपले प्रापंचिक उत्तरदायित्व विवेकाने सांभाळतो.
- प्रपंचात भोगाव्या लागणाऱ्या दुःखाचा स्वीकार करून जो निर्मळ वृत्तीने भक्तीमध्ये जीवन जगतो.
- ज्याला परमार्थात व अव्यक्तिगत जीवन जगण्यात आनंद वाटतो.
- जो इतरांना मदत करण्यास नेहमी तत्पर असतो.
- ज्याला सरळ, साधे जीवन जगायला आवडते.
- ज्याला दानधर्म, शास्त्राध्ययन, सत्संग आवडतो.
- सत्संगात सांगितलेल्या गोष्टी जो आचरणात आणतो.
- जो श्रेष्ठ लोकांचा आदर करतो.
- जो सत्संगासाठी व्यवस्था करतो, सत्संगासाठी नेहमी तत्पर राहतो.
- ज्याला सज्जनांची सेवा करायला आवडते.
- जो दास्यभक्ती (भक्तीत आपल्या आराध्य देवतेचा दास होण्याचीही ज्याची तयारी असते) करतो.
- जो सेवा करण्यासाठी नेहमी तत्पर असतो.
- जो ईश्वराला काया-वाचा-मने समर्पित असतो.
- प्रतिष्ठा मोठी असूनही जो सेवा म्हणून हीन कार्य करण्यासही तयार असतो.
- जो नित्यनेमाने जप, ध्यान, साधना करतो.
- जो आपल्या वाणीने इतरांस दुःख देत नाही.
- जो आपल्या अभिमानाचा त्याग करतो.
- जो देहबुद्धी सोडून देऊन नेहमी नामस्मरणात मग्न राहतो.
- जो मायाभ्रमापासून मुक्त झाला आहे, विषयांप्रति ज्याच्या मनात वैराग्यभाव आहे, ज्याला देहाची अनासक्ती आहे.
- प्रापंचिक आसक्तीतून मुक्त होण्यासाठी जो परमार्थाचा मार्ग अवलंबतो.
- प्रपंचात त्रस्त असूनही जो भजन गाऊ शकतो.
- प्रापंचिक आघातांचा जो धैर्याने सामना करतो, सुख-दुःखात जो समत्व भावात राहतो.
- जो कामनांप्रति अनासक्त आहे.
- लोकांनी अटकाव केला तरी जो भक्तिमार्गापासून ढळत नाही.
- जो अंत:प्रेरणेने (हृदयातून येणारे) वागतो.

- जो दया-क्षमा-शांतीने परिपूर्ण आहे.
- ज्याचा आपल्या जिभेवर (खाण्या-पिण्याच्या व बोलण्याच्या बाबतीत) ताबा आहे.
- मनाच्या चंचलतेमुळे ज्याचे धैर्य सुटत नाही.
- देहाला पीडा असली तरी जो साधनेपासून ढळत नाही.
- जो श्रवण व मननाद्वारे आंतरिक शुद्धी प्राप्त करतो.
- जो अहंकाररहित आहे, ज्याला निराशा घेरू शकत नाही.
- ज्याच्यात विनम्रता आहे, जो मर्यादाशील आहे.
- जो इतरांचे दोष माहीत असूनही रडगाणे सांगत नाही.
- ज्याचे आपल्या रागावर नियंत्रण असते, जो हीन लोकांच्या हीन गोष्टींना प्रत्युत्तर देत नाही.
- विषयवासनेकडे धावणाऱ्या मनावर ज्याचे नियंत्रण आहे, इंद्रियांच्या लालसेवर जो विवेकाने ताबा मिळवतो.
- जो दुष्टांशी समजूतदारपणे वागतो, निंदकावरही उपकार करतो.
- जो सत्कर्म करतो व दुष्कर्मांचा त्याग करतो.
- जो भांडणे सोडवण्यास मदत करतो, एखाद्याला बंधनातून मुक्त करण्याचे कार्य करतो.

सत्त्वगुणी माणूस ईश्वरासमीप असतो. भवसागर पार करण्यासाठी परमार्थ जर त्याची नाव असेल तर सत्त्वगुण त्याचा नावाडी असतो. 'अहम् ब्रह्मास्मि' (स्वयं) चा अनुभव सत्त्वगुणामुळे संभव आहे. परंतु सत्त्वगुणाची एक वेगळीच आपत्ती आहे. सत्त्वगुणीमध्ये 'मी आत्मज्ञानी आहे', 'मी सत्त्वगुणी आहे', 'मी आंतरिक आनंदाचा भोक्ता आहे' असा अभिमान जागृत होण्याची शक्यता असते. म्हणून सत्त्वगुणाच्याही पुढे जाऊन, प्रत्येक गुणाच्या पलीकडे असलेली गुणातीत अवस्था प्राप्त करणे, हे अध्यात्माचे खरे उद्दिष्ट आहे.

■■■

हे पुस्तक वाचल्यानंतर आपला अभिप्राय कृपया या पत्त्यावर अवश्य पाठवा.

Tej Gyan Global Foundation
Pimpri Colony Post Office, P. O. Box 25, Pune - 411 017. Maharashtra (India).

स्वीकार मुद्रा

सरश्री : एक अल्प परिचय

सरश्रींचा आध्यात्मिक शोधाचा प्रवास त्यांच्या बालपणापासूनच सुरू झाला होता. हा शोध सुरू असताना त्यांनी अनेक प्रकारच्या पुस्तकांचा अभ्यास केला. त्याचबरोबर आपल्या आध्यात्मिक शोधात मग्न राहून त्यांनी अनेक ध्यानपद्धतींचा अभ्यास केला. त्यांच्या या शोधाने त्यांना अनेक वैचारिक आणि शैक्षणिक संस्थांमध्ये जाण्यासाठी प्रेरित केले. तरीही अंतिम सत्यापासून ते अद्याप दूरच होते.

सत्यप्राप्तीच्या शोधासाठी जास्तीत जास्त वेळ देता यावा, या तीव्र इच्छेने त्यांना, ते करत असलेले अध्यापनाचे कार्य थांबवण्यास प्रवृत्त केले. जीवनाचे रहस्य समजण्यासाठी त्यांनी बराच काळ मनन करून आपले शोधकार्य सातत्याने सुरू ठेवले. या शोधाच्या शेवटी त्यांना 'आत्मबोध' प्राप्त झाला. आत्मसाक्षात्कारानंतर त्यांना जाणवले, की अध्यात्मातील प्रत्येक मार्ग ज्या एका कडीने जोडलेला आहे, ती आहे 'समज' (Understanding). आत्मबोधप्राप्तीनंतर त्यांनी अध्यापनाचे कार्य थांबवले आणि जवळजवळ दोन दशकांहूनही अधिक काळ आपले समस्त जीवन मानवजातीच्या कल्याणासाठी आणि आध्यात्मिक विकासासाठी अर्पण केले.

सरश्री म्हणतात, 'सत्यप्राप्तीच्या सर्व मार्गांचा आरंभ वेगवेगळ्या प्रकारे होत असला तरी सर्वांच्या शेवटी मात्र एकच समज प्राप्त होते. ही 'समज'च सर्व काही असून, ती स्वतःमध्येच परिपूर्ण आहे. आध्यात्मिक ज्ञानप्राप्तीकरिता या 'समजे'चे श्रवणसुद्धा पुरेसे आहे.' ही समज प्रकाशमान करण्यासाठी आजवर सरश्रींनी तीन हजारांहून अधिक प्रवचने दिली आहेत. या प्रवचनांद्वारे ते अध्यात्मातील अतिशय गहन संकल्पना सहज, सुलभ आणि व्यावहारिक भाषेत समजावून सांगतात. सम ाजातील प्रत्येक स्तरांवरील मनुष्य सरश्रींद्वारे सांगितल्या जाणाऱ्या या समजेचा लाभ घेऊ शकतो.

ही समज प्रत्येकाला आपल्या अनुभवातून प्राप्त व्हावी, यासाठी सरश्रींनी 'महाआसमानी परमज्ञान शिबिर' आणि त्यासाठी आवश्यक असणारी कार्यप्रणाली (सिस्टिम) तयार केली. तिचा लाभ आज लाखो लोक घेत आहेत. या प्रणालीला आयएसओ (ISO 9001:2015) प्रमाणपत्रही लाभले आहे. या प्रणालीमुळेच अनेकांना सत्यमार्गावर वाटचाल करण्याची प्रेरणा मिळाली आहे. या समजेचा प्रचार आणि प्रसार करण्यासाठी त्यांनी 'तेजज्ञान फाउंडेशन' या आध्यात्मिक संस्थेचा पाया रचला. 'हॅपी थॉट्सद्वारे उच्चतम विकसित समाजाची निर्मिती करणे,' हेच या संस्थेचे मुख्य उद्दिष्ट आहे.

विश्वातील प्रत्येक मनुष्य आज सरश्रींच्या मार्गदर्शनाचा लाभ घेऊ शकतो. त्यासाठी कोणत्याही धर्म, जात, उपजात, वर्ण, पंथ वा लिंग यांचे बंधन नसते. विश्वाच्या प्रत्येक कानाकोपऱ्यांतील लोक आज 'तेजज्ञान'च्या अनोख्या ज्ञानप्रणालीचा (System for Wisdom) लाभ घेत आहेत. याच व्यवस्थेचा आणखी एक महत्त्वपूर्ण भाग म्हणजे, दररोज सकाळी आणि रात्री ९ वाजून ९ मिनिटांनी लाखो लोक विश्वशांतीसाठी प्रार्थना करत आहेत.

बेस्ट सेलर पुस्तक *विचारनियम* शृंखलेचे रचनाकार म्हणूनही सरश्रींना ओळखले जाते. केवळ पाच वर्षांच्या कालावधीत या पुस्तकाच्या एक कोटीपेक्षा अधिक प्रती वितरित झाल्या आहेत. याशिवाय, आजवर त्यांनी विविध विषयांवर १५० हून अधिक पुस्तके लिहिली आहेत. त्यांपैकी *विचार नियम, स्वसंवाद एक जादू, शोध स्वतःचा, स्वीकाराची जादू, निःशब्द संवाद एक जादू, संपूर्ण ध्यान* इत्यादी पुस्तके बेस्ट सेलर झाली आहेत. ही पुस्तके दहापेक्षा अधिक भाषांमध्ये अनुवादित केली गेली असून पेंग्विन बुक्स, हे हाउस पब्लिशर्स, जैको बुक्स, मंजुल पब्लिशिंग हाउस, प्रभात प्रकाशन, राजपाल अ‍ॅण्ड सन्स, पेंटागॉन प्रेस आणि सकाळ प्रकाशन इत्यादी प्रमुख प्रकाशन संस्थांद्वारे प्रकाशित केली गेली आहेत.

तेजज्ञान फाउंडेशन परिचय

तेजज्ञान फाउंडेशन हा आत्मविकासातून आत्मसाक्षात्कार प्राप्त करण्याचा एक प्रभावी मार्ग आहे. यासाठी सरश्रींद्वारा एक अनोखी बोधप्रणाली (System for Wisdom) निर्माण करण्यात आली आहे. या प्रणालीला आंतरराष्ट्रीय प्रमाणपत्र ISO 9001:2015चे निकष पडताळून आणि त्यांच्या मार्गदर्शक सूचनांनुसार सरळ, व्यावहारिक आणि प्रभावी बनवले गेले आहे.

या संस्थेच्या प्रबोधनपद्धतीच्या भिन्नभिन्न पैलूंना (शिक्षण, निरीक्षण आणि गुणवत्ता) स्वतंत्र गुणवत्ता परीक्षकांद्वारे (Quality Auditors) क्रमबद्ध पद्धतीने पडताळले गेले आणि त्यानंतर या पैलूंना ISO 9001:2015साठी पात्र समजून या बोधपद्धतीला हे प्रमाणपत्र प्रदान करण्यात आले आहे.

या फाउंडेशनचे उद्दिष्ट आहे आपणास नकारात्मक विचारांकडून सकारात्मक विचारांकडे अग्रेसर करणे. सकारात्मक विचारांकडून शुभ विचारांकडे म्हणजे हॅपी थॉट्सकडे (विधायक आणि आनंदी विचारांकडे) प्रगती. शुभ विचारांकडून निर्विचार अवस्थेकडे मार्गक्रमण आणि निर्विचार अवस्थेच्या अंती आत्मसाक्षात्कार प्राप्ती शक्य आहे. 'मी सर्व विचारांपासून मुक्त व्हावे' हा विचार म्हणजे शुभ विचार (हॅपी थॉट्स) आणि 'मी सर्व इच्छांतून मुक्त व्हावे', अशी इच्छा म्हणजे शुभ इच्छा.

तेजज्ञान म्हणजे ज्ञान व अज्ञान या दोहोंच्या पलीकडचे ज्ञान. पुष्कळ लोक सामान्य ज्ञानाच्या (General Knowledge) माहितीलाच ज्ञान मानतात; परंतु अस्सल ज्ञान आणि नुसती माहिती यांत फार मोठे अंतर आहे. आजमितीला लोक सामान्य ज्ञानाच्या उत्तरांनाच जास्त महत्त्व देतात. अशा ज्ञानाचे विषय म्हणजे कर्म आणि भाग्य, योग आणि प्राणायाम, स्वर्ग आणि नरक इत्यादी. आजच्या युगात सामान्य ज्ञान प्राप्त करणारे लोक, आणि असा उपदेश करणारे शिक्षक मोठ्या

प्रमाणावर आहेत; परंतु अशा ज्ञानाच्या प्राप्तीने जीवनात काही महत्त्वाचे परिवर्तन घडून येत नाही. असे ज्ञान म्हणजे केवळ बुद्धिविलास आहे किंवा अध्यात्माच्या नावावर चाललेला बुद्धीचा व्यायाम आहे.

सर्व समस्यांवरील उपाय आहे तेजज्ञान. क्रोध, चिंता आणि भय यांपासून मुक्त जीवन म्हणजे तेजज्ञान. शारीरिक, मानसिक, सामाजिक, आर्थिक आणि आध्यात्मिक प्रगतीचा, सर्वांगीण प्रगतीचा मार्ग आहे तेजज्ञान. तेजज्ञान आपल्या अंतरंगात आहे. इथे या आणि या गोष्टीचा अनुभव घ्या.

आपल्याला आता असे ज्ञान हवे आहे, जे सामान्य ज्ञानापलीकडे आहे, जे प्रत्येक समस्येवरील उत्तर आहे, जे सर्व प्रकारच्या गृहीत धारणांपासून आपल्याला मुक्त करते, ईश्वरी साक्षात्कार घडवते, जे आपणास अंतिम सत्यात स्थापित करते. आता वेळ आली आहे शाब्दिक सामान्य ज्ञानातून बाहेर पडून तेजज्ञानाचा अनुभव घेण्याची!

आजवर जपतप, तंत्र-मंत्र, कर्म-भाग्य, ध्यान-ज्ञान, योग-भक्ती असे अनेक मार्ग अध्यात्मात सांगितले गेले आहेत. या सर्व मार्गांनी प्राप्त होणारी अंतिम समज, अंतिम ज्ञान, बोध एकच आहे. अंतिम सत्याच्या जिज्ञासूला, साधकाला शेवटी जी एकच 'समज' प्राप्त होते, ती 'समज' श्रवणानेसुद्धा प्राप्त होऊ शकते. अशा समजप्राप्तीसाठी श्रवण करणे यालाच तेजज्ञान प्राप्त करणे म्हटले गेले आहे. तेजज्ञानाच्या श्रवणाने सत्याचा साक्षात्कार घडतो, ईश्वरी अनुभव मिळतो. हेच तेजज्ञान सरश्री महाआसमानी शिबिरात प्रदान करतात.

महाआसमानी परमज्ञान शिबिर (निवासी)

परिचय आणि लाभ

Self Development to Self Realizatiopn towards Self Stabilization

तुम्हांला सर्वोच्च आनंद हवा आहे? असा आनंद, जो कोणत्याही बाह्य कारणावर अवलंबून नाही... जो प्रत्येक क्षणी वृद्धिंगत होतो. या जीवनात तुम्हांला प्रेम, विश्वास, शांती, समृद्धी आणि परमसंतुष्टी हवी आहे का? शारीरिक, मानसिक, सामाजिक, आर्थिक आणि आध्यात्मिक अशा आयुष्याच्या सर्व स्तरांवर यशस्वी होण्याची तुमची इच्छा आहे का? 'मी कोण आहे' हे तुम्हांला अनुभवाने जाणावेसे वाटते का?

तुमच्या अंतर्यामी अशा सर्व प्रश्नांची उत्तरे जाणण्याची इच्छा आणि 'अंतिम सत्य' प्राप्त करण्याची तृष्णा असेल, तर तेजज्ञान फाउंडेशनतर्फे आयोजित 'महाआसमानी परमज्ञान शिबिरा'त तुमचे स्वागत आहे. हे शिबिर आजच्या युगातील आध्यात्मिक गुरू सरश्री यांच्या मार्गदर्शनावर आधारित आहे. सरश्री आजच्या लोकभाषेत अत्यंत सहजपणे आध्यात्मिक समज प्रदान करतात.

महाआसमानी परमज्ञान शिबिराचा उद्देश

विश्वातील प्रत्येक मनुष्याने 'मी कोण आहे', या प्रश्नाचे उत्तर जाणून तो सर्वोच्च आनंदाच्या अवस्थेत स्थापित व्हावा, हाच या शिबिराचा मुख्य उद्देश आहे. प्रत्येकाला असे ज्ञान प्राप्त व्हावे, जेणेकरून त्याने प्रत्येक क्षणी वर्तमानात जगण्याची कला आत्मसात करावी. तो भूतकाळाचे ओझे आणि भविष्याची चिंता यांतून मुक्त व्हावा. प्रत्येकाच्या आयुष्यात कधीही न संपणारा आनंद आणि योग्य समज यावी.

शिवाय, प्रत्येकाने समस्या विलीन करण्याची कला आत्मसात करावी. थोडक्यात, मनुष्यजन्माचा उद्देश सफल व्हावा, हाच या शिबिराचा उद्देश आहे.

'मी कोण आहे? मी इथे का आहे? मोक्ष म्हणजे काय? या जन्मातच मोक्षप्राप्ती शक्य आहे का?' असे प्रश्न जर तुमच्या मनात असतील, तर त्यांवरील उत्तर आहे – 'महाआसमानी परमज्ञान शिबिर'.

महाआसमानी परमज्ञान शिबिराचे मुख्य लाभ

वास्तविक या शिबिराचे लाभ तर असंख्य आहेत; पण त्यांपैकी मुख्य लाभ पुढीलप्रमाणे :

- जीवनात शक्तिशाली ध्येय निश्चित होते.
- 'मी कोण आहे' हे अनुभवाने जाणता येते (सेल्फ रियलायजेशन).
- मनाचे सर्व विकार विलीन होतात.
- भय, चिंता, क्रोध, बोरडम, मोह, तणाव या नकारात्मक बाबींतून मुक्ती मिळते.
- प्रेम, आनंद, मौन, समृद्धी, संतुष्टी, विश्वास अशा दिव्य गुणांशी युती होते.
- साधे, सरळ पण शक्तिशाली जीवन जगता येते.
- प्रत्येक समस्येचे निराकरण करण्याची कला प्राप्त होते.
- 'प्रत्येक क्षण वर्तमानात जगणे' हा तुमचा स्वभाव बनतो.
- आपल्यातील सर्व सकारात्मक शक्यता खुलतात.
- याच जीवनात मोक्षप्राप्ती होते.

महाआसमानी परमज्ञान शिबिरात सहभागी कसे व्हाल?

या शिबिरात सहभागी होण्यासाठी तुम्हांला पुढील बाबींची पूर्तता करायची आहे :

१. तुमचे वय कमीत कमी अठरा किंवा त्यापेक्षा अधिक असायला हवे.

२. सर्वप्रथम तुम्हांला 'सत्य-स्थापना' (फाउंडेशन ट्रुथ रिट्रीट) शिबिरात सहभागी व्हावे लागेल. या शिबिरात, तुम्ही प्रामुख्याने दोन बाबी शिकाल : प्रत्येक क्षण वर्तमानात जगण्याची कला कशी आत्मसात करावी, आणि निर्विचार अवस्था कशी प्राप्त करावी?

३. प्राथमिक स्तरावर तुम्हांला काही प्रवचने ऐकायची असून, त्यातून तुम्ही मूलभूत समज आत्मसात कराल आणि महाआसमानी परमज्ञान शिबिरात प्रवेश करण्यासाठी तयार व्हाल.

हे शिबिर साधारणपणे एक-दोन महिन्यांच्या अंतराने आयोजित केले जाते. यात हजारो सत्यशोधक सहभागी होतात. या शिबिराची पूर्वतयारी तुम्ही दोन पद्धतीने करू शकता. पहिल्या पद्धतीत पुणे येथील मनन आश्रमात पाच दिवसीय शिबिरात भाग घेऊ शकता. दुसऱ्या पद्धतीत तेजज्ञान फाउंडेशनच्या नजीकच्या सेंटरवर जाऊन सत्यश्रवणाद्वारेही करू शकता.

महाराष्ट्रात अहमदनगर, सातारा, औरंगाबाद, नाशिक, नागपूर, वर्धा, अमरावती, चंद्रपूर, यवतमाळ, कोल्हापूर, सांगली, रत्नागिरी, लातूर, बीड, नांदेड, परभणी, पनवेल, मुंबई, ठाणे, सोलापूर, पंढरपूर, जळगाव, अकोला, बुलढाणा, धुळे, भुसावळ आणि महाराष्ट्राबाहेर सुरत, अहमदाबाद, बडोदा, नवी दिल्ली, बंगळुरू, बेळगाव, धारवाड, रायपूर, भुवनेश्वर, कोलकाता, रांची, लखनौ, कानपूर, चंदीगढ, जयपूर, चेन्नई, पणजी, म्हापसा, भोपाळ, इंदोर, इटारसी, हरदा, विदिशा, बऱ्हाणपूर या ठिकाणी महाआसमानी परमज्ञान शिबिराची पूर्वतयारी करू शकता.

तेजज्ञान फाउंडेशनमध्ये उपलब्ध असणाऱ्या सरश्री लिखित पुस्तकांचे वाचन करून तुम्ही या शिबिराची पूर्वतयारी करू शकता. याशिवाय, तुम्ही टीव्ही, रेडिओ किंवा यू-ट्युबवरील सरश्रींच्या प्रवचनांचा लाभही घेऊ शकता. मात्र, एक गोष्ट लक्षात घ्या, पुस्तकांतील ज्ञान, टीव्ही, रेडिओ आणि यू-ट्युब यांवरील प्रवचने म्हणजे 'तेजज्ञानाची तोंडओळख' आहे; 'संपूर्ण तेजज्ञान' मुळीच नाही. तुम्ही महाआसमानी परमज्ञान शिबिरात सहभागी होऊनच तेजज्ञानाचा आनंद घेऊ शकता. तेव्हा आगामी महाआसमानी परमज्ञान शिबिरात सहभागी होण्यासाठी आजच संपर्क करा : ०९९२१० ०८०६०/ ७५, ९०११० १३२०८

महाआसमानी परमज्ञान शिबिरस्थान

हे शिबिर पुण्यातील मनन आश्रम इथे आयोजित केले जाते. इथे तुमच्या निवासाची आणि भोजनाची व्यवस्था केली जाते. तुम्हांला काही शारीरिक व्याधी असतील आणि त्यासाठी तुम्ही नियमितपणे औषधे घेत असाल, तर शिबिरात येताना ती सोबत बाळगावीत. शिवाय, वातावरणानुसार गरम कपडे, स्वेटर, ब्लँकेटही आणावे.

पुणे शहरापासून १७ किलोमीटर अंतरावर निसर्गरम्य परिसरात मनन आश्रम वसलेला आहे. आश्रमात महिला आणि पुरुष यांच्या निवासाची स्वतंत्र व्यवस्था असून, इथे जवळपास ८०० लोकांच्या राहण्याची व्यवस्था आहे. आपण हवाईमार्ग, हायवे किंवा रेल्वे अशा कोणत्याही मार्गाने पुण्यात येऊ शकता.

मनन आश्रम

मनन आश्रम, पुणे, सर्व्हे नं. ४३, सणसनगर, नांदोशी गाव, किरकटवाडी फाटा, तालुका हवेली, जिल्हा पुणे ४११ ०२४. फोन : ०९९२१० ०८०६०

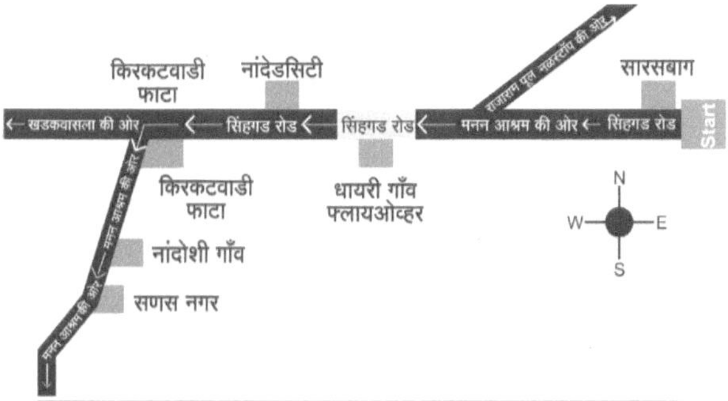

सर्वांसाठी आनंदाची बातमी

महाआसमानी परमज्ञान शिबिर आता ऑनलाईन

हे शिबिर तीन भागांत घेतले जाते :

१) बुनियादी सत्य शिबिर २) ब्राईट रिस्पॉन्सिबिलिटी शिबिर

३) महाआसमानी शिबिर

ठिकाण : आपले घर **भाषा :** हिंदी

अधिक माहितीसाठी संपर्क साधा :

+ ९१ ९९२१० ०८०६०, + ९१ ९९२१० ०८०७५

Visit also www.tejgyan.org

Registration link : https://www.tejgyanglobal.org/mareg

e-books

English

- The Source
- Celebrating Relationships
- Everything is a Game of Beliefs
- The Miracle Mind
- Who am I now
- Beyond Life
- The Power of Present
- Freedom from Fear Worry Anger
- Light of grace
- The Source of Health

and many more

Marathi

- विचारनियम
- विकासनियम
- सवयी बदलण्याचे यशस्वी मार्ग
- आनंदी मनासाठी
- प्रभावी संवाद कसा साधावा?
- स्वास्थ्य प्राप्तीसाठी विचार नियम
- नींव ९० फॉर टीन्स्
- विश्वासनियम
- ध्याननियम
- क्षमेची जादू
- धैर्य असेल तर विचार करून बघा
- सुखी जीवनाचे पासवर्ड
- शोध स्वतःचा आणि बरेच काही...

These Books Also Available in Hindi

For online shoping visit us: www.tejgyan.org, www.gethappythoughts.org

आपणास हवी असलेली पुस्तके घरपोच मिळण्यासाठी मनीऑर्डर पाठवा.
ही पुस्तके रजिस्टर्ड पोस्ट किंवा कुरिअरद्वारे पाठवली जातील.
त्यासाठी पुढील पत्त्यांवर संपर्क साधावा.

❖❖❖❖

वॉव पब्लिशिंग्ज प्रा. लि.
रजिस्टर्ड ऑफिस
E-४, वैभव नगर, तपोवन मंदिराजवळ, पिंपरी, पुणे ४११ ०१७
भ्रमणध्वनी क्रमांक : ०९०११० १३२१०

आपण पुस्तकांची ऑर्डर ऑनलाईनही देऊ शकता.

www.gethappythoughts.org वर लॉग इन करा.

५०० रुपयांहून अधिक किमतीची पुस्तके मागवल्यास
१०% सूट आणि **डिलिव्हरी फ्री** मिळेल.

तेजज्ञान फाउंडेशनच्या मुख्य शाखा

पुणे सेंटर : (रजिस्टर्ड पत्ता)
विक्रांत कॉम्प्लेक्स, तपोवन मंदिराजवळ,
पिंपरी, पुणे ४११ ०१७
दूरध्वनी : ०२०-२७४१ १२४०, २७४१ २५७६
मनन आश्रम, पुणे : सर्व्हे क्रमांक ४३, सणसनगर, नांदोशी गाव, किरकटवाडी फाटा, तालुका हवेली, जिल्हा पुणे ४११ ०२४
भ्रमणध्वनी : ०९९२१० ०८०६०

- विश्वशांती प्रार्थना -

पृथ्वीवर शुभ्र प्रकाश (दिव्यशक्ती) येत आहे,
पृथ्वीतून सोनेरी प्रकाशाचा (चेतनेचा) उदय होत आहे.
विश्वातील सगळी नकारात्मकता दूर होत आहे.
सर्वजण प्रेम, आनंद आणि शांतीसाठी
ग्रहणशील होत आहेत.

ही 'सामुदायिक अव्यक्तिगत प्रार्थना' तेजज्ञान फाउंडेशनचे सर्व सदस्य कित्येक वर्षांपासून सातत्याने करत आहेत. आनंदी लोकदेखील ही प्रार्थना करू शकतात. तसेच आजारी किंवा कोणत्याही समस्येमुळे त्रस्त असणारे लोकही ही प्रार्थना ग्रहण करून स्वास्थ्य लाभ घेऊ शकतात.

तुम्ही एखाद्या आजाराने वा समस्येने त्रस्त असाल, तर सकाळी अथवा रात्री ९ वाजून ९ मिनिटांनी ग्रहणशील होऊन शांत बसा. 'स्वास्थ्य आणि शांती यांचा शुभ्र प्रकाश प्रार्थना करणाऱ्या कित्येक लोकांद्वारे पृथ्वीवर येत आहे. त्याचप्रमाणे तो माझ्यावरही कार्य करत आहे, जेणेकरून मी स्वस्थ आणि शांत होत आहे.' असे मनात म्हणा. त्यानंतर काही वेळ याच भावावस्थेत राहून सर्वांना धन्यवाद द्या आणि मगच उठा.

❖ नम्र निवेदन ❖

विश्वशांतीसाठी लाखो लोक दररोज सकाळी आणि रात्री ९:०९ मिनिटांनी प्रार्थना करत आहेत. कृपया आपणही यामध्ये सहभागी व्हा.

बेस्टसेलर पुस्तक 'विचारनियम'चे रचनाकार सरश्री यांची अन्य श्रेष्ठ पुस्तके

१. आध्यात्मिक विकास साधण्यासाठी या पुस्तकांचा अवश्य लाभ घ्यावा :

- आदि शंकराचार्य : शास्त्रार्थाच्या शस्त्राने अज्ञानाचा अस्त
- रामायण वनवास रहस्य
- संत ज्ञानेश्वर : समाधीरहस्य आणि जीवनचरित्र
- ध्याननियम : ध्यान करण्याचे सुलभ उपाय
- क्षमेची जादू : क्षमेचे सामर्थ्य जाणा, सर्व दु:खांपासून मुक्त व्हा
- गुरू माझा सांगाती : गुरू केले तर का करावे; अन्यथा करू नयेत

२. स्व-विकासासाठी या पुस्तकांचा लाभ घ्यावा :

- विचारनियम : आपल्या यशाचे रहस्य
- विश्वासनियम : सर्वोच्च शक्तीचे सात नियम
- विकासनियम : आत्मसंतुष्टीचे रहस्य
- प्रभावी संवाद कसा साधाल? : कम्युनिकेशनच्या उत्तम पद्धती
- सवयी बदलण्याचे यशस्वी मार्ग : नव्या सवयींसाठी यशस्वी तंत्र
- भीतीचा सामना कसा करावा? : विकासाचे नवे मार्ग आखा
- जीवनाची पाच महान रहस्ये : प्रेम, आनंद, मौन, समृद्धी आणि परमेश्वरप्राप्तीचा मार्ग
- परिवारासाठी विचार नियम : हॅपी फॅमिलीची सात सूत्रे
- दोन महान अवतार : श्रीराम आणि श्रीकृष्ण
- आनंदी मनासाठी : मन त्रस्त करत असेल तर काय कराल?
- धैर्य असेल तर विचार करून बघा : आत्मनिरीक्षणातून सुंदर भविष्याची निर्मिती
- सुखी जीवनाचे पासवर्ड : दु:ख, अशांती आणि उद्विग्नतेच्या कैदेतून सुखाला करा मुक्त

३. युवकांनी या पुस्तकांचा लाभ घ्यावा :

- आजच्या युवा पिढीसाठी : विचार नियम फॉर यूथ
- नींव नाइन्टी फॉर टीन्स : बेस्ट कसे बनाल?
- श्रीरामांकडून काय शिकाल? : नवरामायण फॉर टीन्स

४. या पुस्तकांद्वारे प्रत्येक समस्येचे समाधान प्राप्त करा

- स्वास्थ्यप्राप्तीसाठी विचारनियम : मन:शक्तीद्वारे निरामय आरोग्य मिळवा
- स्वीकाराची जादू : त्वरित आनंद कसा प्राप्त करावा?
- भय, चिंता आणि क्रोध यांपासून मुक्ती

५. या आध्यात्मिक कादंबऱ्यांद्वारे जीवनाचे गूढ रहस्य जाणा

- योग्य कर्मांद्वारे यशप्राप्ती : सन ऑफ बुद्धा
- शोध स्वत:चा : हरक्युलिसचा आंतरिक प्रवास
- पृथ्वीलक्ष्य : मृत्यूचे महासत्य
- दु:खात खूश राहण्याची कला : संवाद गीता

सरश्री यांची 'सकाळ' प्रकाशित इतर वाचनीय पुस्तके

संत ज्ञानेश्वर
समाधी रहस्य आणि जीवनचरित्र
रु. १८०

♦

महात्मा-भक्त-कवी
सर्वांचे नाम देव
संत नामदेवांचे जीवनचरित्र व नामरहस्य
शिकवण, चमत्कार, यात्रा आणि भक्तिसूत्र
रु. १५०

♦

एकाग्रतेचे शिरोमणी
संत एकनाथ
जीवनचरित्र आणि अमूल्य शिकवण
रु. १५०

♦

संतांमध्ये संत
तुकाराम महाराज
अभंग रहस्य आणि जीवनचरित्र
रु. १८०

♦

भगवान बुद्ध
जीवनचरित्र आणि निर्वाण अवस्था
रु. १५०

♦

रामकृष्ण परमहंस
भक्तीच्या भक्ताचे सुंदर जीवन
रु. १५०

♦

स्वामी विवेकानंद
भारतातील गुरू-शिष्य परंपरेची मशाल
रु. १५०

♦

भगवान महावीर
मनावर विजय प्राप्त करण्याचा मार्ग
रु. १५०

♦

येशू ख्रिस्त
आत्मबलिदानाचा मसीहा
रु. १५०

♦

सद्गुरू नानक
साधना रहस्य आणि जीवनचरित्र
रु. १५०

♦

संत कबीर
जीवनचरित्र आणि कबीरवाणी
रु. १५०

♦

आत्मबली, बुद्धिबली आणि
बाहुबली हनुमान
नेतृत्वशील व्यक्तींना मार्ग दाखवणारी लीडरशिप
रु. १५०

♦

www.ingramcontent.com/pod-product-compliance
Lightning Source LLC
LaVergne TN
LVHW040751051026
849519LV00007BA/2513
* 9 7 8 9 3 8 9 8 3 4 4 7 5 *